நாட்டை உலுக்கிய ஊழல்கள்

குன்றில்குமார்

சங்கர் பதிப்பகம்

15/21, டீச்சர்ஸ் கில்டு காலனி,

2வது தெரு, இராஜாஜி நகர் விரிவு,

வில்லிவாக்கம், சென்னை - 600 049

தொலைபேசி : 044 - 2650 2086 / 9444191256

email : shankar_pathippagam@yahoo.com
web : www.shankarpathippagam.com
www.bookthagam.com

நாட்டை உலுக்கிய ஊழல்கள் / Nattai Ulukkiya Oozhalgal

குன்றில்குமார் / Kundril Kumar

பதிப்பு : 2020

விலை : ₹ 190/--

மொத்த பக்கங்கள் : 192

வெளியிட்டோர் : சங்கர் பதிப்பகம்,
15/21, டீச்சர்ஸ் கில்டு காலனி,
2வது தெரு, இராஜாஜி நகர் விரிவு
வில்லிவாக்கம்,
சென்னை-600 049
தொலைபேசி : 044 - 2650 2086 /
9444191256

ஒளி அச்சு : பாலா கிராஃபிக்ஸ்

முன் அட்டை : N. ரமேஷ்

அச்சிட்டோர் : எம்.கே.கிராபிக்ஸ்,
சென்னை - 600 021

என்னுரை

அளவற்ற அதிகாரம் கையில் இருந்தால் முதலில் ஆணவம் வரும்.

அப்புறம் சுயநலம் துளிர்த்து நிற்கும்.

ஊழல் மலிந்த தேசங்களில் அநேகமாக முதலிடத்தில் இந்தியாதான் இருக்கும்.

பிறப்புச் சான்றிதழுக்கும் லஞ்சம்.

இறப்புச் சான்றிதழுக்கும் லஞ்சம்.

ஊழல் மலிந்துவிட்டதாக மேடையில் வீராவேசமாக முழங்கும் அரசியல்வாதி, ஆட்சிக் கட்டிலில் ஏறி அதிகாரத்தைக் கையில் எடுத்ததும் ஊழல் என்னும் சாட்டையைத்தான் கையில் எடுக்கிறார்.

அடிமைகளாகவே வாழ்ந்து பழக்கப்பட்டுவிட்ட நம்மவர்களும், சாட்டையை யாரிடமாவது கொடுத்து தங்களை அடிக்கச் செய்வதில்தான் ஒரு அற்ப சந்தோஷத்தை அடைகிறார்கள் லஞ்ச ஊழலை வாழ்வின் அம்சமாகவே நினைத்து வாழும் மக்கள்.

தற்போது அதன் ஆட்டம் அதிகமாகிப் போனதால் கோபப்பட ஆரம்பித்துள்ளனர்.

கோபம் எழுச்சி அடைந்தால் முசோலினியின் கதிதான் ஊழல்வாதிகளுக்குக் கிடைக்கும்.

குன்றில்குமார்

பதிப்புரை

ஆசிய பசிபிக்கைச் சேர்ந்த 16 நாடுகளில் 18 மாதங்களாக நடத்தப்பட்ட ஆய்வு ஒன்றில் லஞ்ச ஊழலில் முதலிடத்தை வகிக்கும் நாடு என்னும் கவலை அளிக்கும் நிலை இந்தியாவிற்கே கிடைத்துள்ளது.

70 சதவீதம் அரசு அலுவலகங்களில் லஞ்சம் கொடுத்தால் மட்டுமே காரியம் நடக்கும் என்ற கேவலமான நிலை காணப்படுகிறது.

காவல்நிலையங்கள், கல்வி நிலையங்கள், மருத்துவமனைகள், பத்திரப்பதிவுகள், வருமான வரித்துறை, ஆட்சியர் மற்றும் வட்டாட்சியர் அலுவலகங்கள், பொதுச் சேவை மையங்கள் போன்றவற்றில் லஞ்ச ஊழல் தலைவிரித்தாடு வதாக அந்த ஆய்வில் தெரியவந்துள்ளது.

இவை அனைத்திற்கும் காரணகர்த்தாவாக விளங்குவோர் அரசியல்வாதிகளும், அதிகாரிகளும் மட்டுமே.

சுதந்திரம் கிடைப்பதற்கு முன்பிருந்தே நம் நாட்டில் லஞ்ச ஊழல் இருந்துள்ளது என்பது மறுக்க முடியாத நிதர்சனம்.

எந்தவிதப் பாகுபாடும் இல்லாமல் காங்கிரஸ், பாஜக, திமுக, அதிமுக என்று அனைத்து அரசியல் கட்சிகளுமே லஞ்ச ஊழலில் உழன்று கிடப்பதை இந்நூல் தெளிவாக விளக்குகிறது.

யாரையும் குற்றம் கூறும் நோக்கம் இல்லை. ஊழலற்ற ஆட்சி மலர மக்கள் சிந்திக்க வேண்டும். செயலாற்ற வேண்டும். இளைஞர்கள் முன்வர வேண்டும் என்பதே இந்நூலை பதிப்பித்தன் காரணம்.

பதிப்பாளர்

உள்ளே...

*

'ஊழ்' என்றால்

வினை, விதி, முறை என்று

பல பொருள் உண்டு.

'அல்' என்றால்

அல்லாதது, அற்றது

என்று பொருள்.

'ஊழ்+அல்' என்றால் முறையற்றது

என்று பொருள்.

அதாவது

முறையற்ற, நெறியற்ற, உண்மையற்ற,

சட்டத்திற்குப் புறம்பான செயல்கள்

அனைத்துமே

ஊழல் ஆகும்

*

1 ஊழலும் லஞ்சமும்

ஊழலும் லஞ்சமும் நகமும் சதையும்போல. தற்காலத்துப் பொன் மொழியில் கூறுவதானால் ‘சர்க்கரை நோயும் இரத்த அழுத்த நோயும்’ போல.

இவை இரண்டும் ஒன்றோடொன்று இணைந்து கிடப்பவை. இவற்றை ஆண்டவனே நினைத்தாலும் பிரிக்க முடியாது. அந்த அளவிற்கு உறவு கொண்டிருக்கும்.

ஊழல் என்றால் என்ன?

அதிகாரத்தைத் தவறாகப் பயன்படுத்துவதுதான் ஊழல்.

அதாவது தனது அதிகாரத்தைப் பயன்படுத்திக் கொண்டு தனது உறவினர்களுக்கோ, தனது நண்பர்களுக்கோ, தனக்கு நெருக்கமானவர்களுக்கோ, தனக்குத் தெரிந்தவர்களுக்கோ உதவி செய்வதுதான்

ஊழல்.

உதாரணமாக நீங்கள் வங்கியில் மானேஜராகப் பணியாற்று வதாக வைத்துக் கொள்வோம். லோன் கொடுக்கும் அதிகாரம் உங்கள் வசம் இருக்கிறது. சில குறிப்பிட்ட கடனுக்கு அரசு மானியம் வழங்குகிறது என்றால் அந்தக் கடன் அனைத்தையும் உங்கள் மனைவி, உங்கள் குழந்தைகள், உங்கள் மாமன், மச்சான் என்று உறவினர்களுக்கோ, நண்பர்களுக்கோ வழங்கினால் அது ஊழல்.

அதே நேரத்தில் உங்களை அணுகி லோன் கேட்பவர்களிடம் மானியத்தில் ஒரு பகுதியைத் தந்துவிட வேண்டும் என்னும் நிபந்தனை விதித்தால் அது லஞ்சம் + ஊழல்.

சிறிய அளவிலான லஞ்ச ஊழல் என்பது பொது மக்களை நேரடியாகப் பாதிப்பது.

பெரிய அளவிலான லஞ்ச ஊழல் பொது மக்களை நேரடியாகப் பாதிக்காது.

எனவேதான் சாதாரண மக்களிடம் லஞ்ச ஊழலைப் பற்றிக் கேட்டால், அவர்கள் அரசு மருத்துவமனையில் ஐம்பது அல்லது நூறு ரூபாய் கேட்பதைப் பற்றிக் கூறுவார்கள்.

கிராம நிர்வாக அதிகாரி கையெழுத்துப் போடுவதற்கு நூறு ரூபாய் கேட்பதைப் பற்றிப் பேசுவார்கள்.

வட்டாட்சி அலுவலகத்தில், வட்டாரப் போக்குவரத்து அலுவலகத்தில், போக்குவரத்துக் காவல்துறையில், காவல்துறையில், பத்திரப்பதிவு அலுவலகத்தில் என்று அரசு சம்பந்தப்பட்ட, அதே நேரத்தில் பொது மக்கள் நேரடியாகத் தொடர்பில் இருக்கக்கூடிய சிறிய வகை லஞ்சத்தைப் பற்றிப் பெரிதாகப் பேசுவார்கள்.

அதேநேரத்தில் உயர்மட்ட அளவில், அமைச்சர்கள், ஐஏஎஸ் அதிகாரிகள் மத்தியில் கோடிக்கணக்கில் லஞ்ச ஊழல் நடைபெறு வதை இவர்கள் தெரிந்து கொள்வதே இல்லை.

இதனைத் துப்பறிந்து மக்களுக்குத் தெரியப்படுத்துவதற்காகத் தான் பத்திரிகைகளும், ஊடகங்களும் இருக்கின்றன. ஆனால் இந்த ஊடகங்களும் அதிகாரவர்க்கத்திற்குத் துணைபோய் ஊழல் புரிந்தால் உண்மை ஒருக்காலும் வெளிச்சத்திற்கு வரவே வராது.

இந்த ஊடகங்கள் ஒரு ஊழலை வாய் கிழியப் பேசியும், எழுதியும் வந்தாலுமே, இன்னொரு ஊழல் குற்றச்சாட்டு வந்ததும் அது காணாமல் மறைந்து போய்விடும் கேவலமான நிலைமைதான்

இன்று காணப்படுகிறது.

என்றாவது முக்கிய செய்தி எதுவுமே இல்லை என்றால் அன்று மட்டும் இவ்வாறு அரைகுறையாக நிற்கும் ஊழலைப் பற்றி மறுபடியும் நினைவூட்டி, 'இதன் விசாரணை என்னவாயிற்று?' என்று ஒரு கேள்வியை எழுப்பிவிட்டு அடுத்த செய்தியைத் தேடிப் போய்விடுவதுதான் ஊடகங்களின் பணியாக இருக்கிறது.

இதனைத் தாண்டி இன்று புதிதாக முளைத்து வருகிறது சமூக வலைதளங்கள். இதில் பங்கெடுப்பவர்கள் சாதாரண மக்கள் என்பதால் அவர்களால் மிகப் பெரிய ஊழல்களைப் பற்றிய விவரங்களைத் தரமுடியாத சூழலே நிலவுகிறது.

மருத்துவமனை, சாலைப் போக்குவரத்து, சோதனைச் சாவடி போன்ற இடங்களில் நடக்கும் ஊழலைத்தான் அவர்களால் வெளி உலகிற்குக் கொண்டுவர முடிகிறது.

இந்த மக்களிடம் மட்டும் செய்தி ஊடகங்களில் இருக்கும் வாய்ப்புகள் கிடைத்தால், பிரதமர், முதல்வர், அமைச்சர்கள், நீதிபதிகள் என்று தவறு செய்யும் ஒருவரும் தப்பவே முடியாது என்பது மட்டும் நிச்சயம்.

ஆனால் அப்படியொரு வாய்ப்பு இந்தச் சாதாரண மக்களை வந்து சேர்வது என்பது கானல் நீரே.

அண்மையில் வாட்ஸ்அப்பில் ஒரு ஊழல் பற்றிய காட்சியை ஒரு பெண்மணி பதிவு செய்திருந்தார். அந்தப் பெண்மணி யார், அவர் என்ன வேலை செய்கிறார், அவரது கணவர் என்ன வேலை செய்கிறார் என்பதெல்லாம் தெரியாது.

ஆனால் அந்தப் பெண்மணி பதிவு செய்திருந்த வீடியோ காட்சிதான் நமது இலக்கு.

சமையல் காஸ் சிலிண்டர் கொண்டுவந்த ஊழியர் அதற்கு 50 ரூபாய் இனாம் கேட்கிறார். அதற்கு இந்தப் பெண்மணி பில் தொகைக்கு மேல் ஒரு ரூபாய் கூடத் தரமுடியாது என்கிறார். மட்டுமல்லாமல் அவரை வீடியோ எடுத்தவாறே அவரது பெயரைக் கேட்கிறார்.

ஆனால் அந்த ஊழியரோ பெயரைக் கூற மறுக்கிறார். மட்டுமல்லாது விருப்பம் இல்லையென்றால் பணமே வேண்டாம் என்றும் கூறுகிறார்.

இந்தப் பெண்மணி கடைசியாக அவரிடம் கேட்ட

கேள்விதான் நம்மை திடுக்குறச் செய்துவிட்டது.

"நீ சம்பளம் வாங்குகிறாய் அல்லவா! அப்புறம் எதற்கு எங்களிடம் பணம் கேட்கிறாய்?" என்று அதட்டுகிறார். திரும்பத் திரும்ப இப்படியே கேட்கிறார். ஆனால் அந்த ஊழியரோ இதற்கு எந்தப் பதிலும் சொல்லாமல் முகத்தைத் திருப்பிக் கொண்டே நிற்கிறார்.

கடைசியாக அந்தப் பெண்மணி, "உனக்கு என்ன சம்பளம் கிடைக்கிறது?" என்று கேட்க, அந்த ஊழியர், "5 ஆயிரம் ரூபாய்" என்றார்.

அதன்பிறகும் அந்தப் பெண் விடாமல் அந்த ஊழியரைக் கேள்விமேல் கேள்வி கேட்டுக் கொண்டே இருந்தார்.

இந்த வீடியோ காட்சியின் மூலம் இனாம் என்ற பெயரில் லஞ்சம் வாங்குவது தவறு என்பது புரிகிறது.

அதேநேரத்தில் வெறும் 5 ஆயிரம் ரூபாய் மட்டுமே மாதச் சம்பளமாகப் பெற்றுக் கொண்டு வேகாத வெயிலில் மூன்று சக்கர வண்டியில் காஸ் சிலிண்டர்களைத் தள்ளிக் கொண்டு வீடு வீடாக விநியோகம் செய்பவரின் வாழ்க்கைத் தரத்தைப் பற்றியும் நாம் யோசிக்க வேண்டிய முக்கியமான தருணம் இது.

ஐம்பது ரூபாய் கொடுக்க முடியவில்லை என்றாலும் 20 அல்லது 30 ரூபாயைக் கொடுத்திருக்கலாம்.

அதுவும் ஒருவகையில் ஊழல்தான்.

ஆனால் இந்த ஊழலை மனிதாபிமானம் என்னும் கணக்கில் எழுதிக் கொள்ள முடியும்.

எனக்குத் தெரிந்து புதிதாகக் கட்டப்பட்ட வில்லாவை ஒன்றரை கோடி ருபாய்க்கு விலைக்கு வாங்கிய நண்பர் ஒருவர், அங்கு மெயின்டனன்ஸ் என்னும் பராமாரிப்புப் பணிக்காக மாதந் தோறும் கொடுக்கும் பணம் எவ்வளவு தெரியுமா?

5 ஆயிரம் ரூபாய்!

யோசித்துப் பாருங்கள்.

அந்தக் காஸ் சிலிண்டர் விநியோகம் செய்யும் ஊழியரின் மொத்த மாத வருமானத்தை பராமரிப்பு செலவிற்காக மட்டுமே நண்பர் கொடுத்து வருகிறார்.

இருவரின் வாழ்க்கைத் தரமும் ஏணி வைத்தாலும் எட்டாது

என்பது உண்மை.

இந்த வித்தியாசத்தையும் நாம் புரிந்து கொள்ள வேண்டும்.

நிச்சயமாக அந்த 50 ரூபாயை வைத்துக் கொண்டு அவரால் என்ன செய்துவிட முடியும்?

அந்த ஊழியர் செய்த தப்பு என்னவென்றால் 50 ரூபாய் வேண்டும் என்று கறாராகக் கேட்டதுதான்.

ஹோட்டலில் சாப்பிட்டுவிட்டு பேரருக்கு நாம் டிப்ஸ் கொடுப்பதைப்போலத்தான் இதுவும். பேரர் பேரம் பேசுவதில்லை. காஸ் நிறுவன ஊழியர் பேரம் பேசினார்.

இதில் இன்னொன்றையும் கவனிக்க வேண்டும். ஒரு சிலிண்டருக்கு 50 ரூபாய் என்றால் ஒரு நாளில் எத்தனை சிலிண்டர் டெலிவரி செய்வார். மொத்தம் எவ்வளவு கிடைக்கும் என்பதையும் சிந்திக்க வேண்டும்.

இதை லஞ்ச ஊழல் வரிசையில் கொண்டுவரலாமா என்றால் கொண்டுவரலாம் என்பதுதான் பதில்.

ஆனாலும் விதிவிலக்கு என்பதில் இதையும் ஒன்றாகச் சேர்த்துக் கொள்ளலாம்.

இதே விஷயத்தை இன்னொரு திசையில் பார்க்கலாம்.

நீங்கள் இரு சக்கர வாகனமோ அல்லது நான்கு சக்கர வாகனமோ ஓட்டிக் கொண்டு போகிறபோது வழியில் போக்கு வரத்து போலீசார் நான்கைந்து பேர் திருப்பம் ஒன்றில் மறைவாக நின்றுகொண்டு உங்களை மடக்கிப் பிடித்துவிட்டார்கள் என்று வைத்துக் கொள்வோம்.

வைத்துக் கொள்வோம் என்றெல்லாம் வேண்டாம். இன்று உண்மையாகவே இப்படித்தான் நடந்து வருகிறது.

ஆர்சி புக், ஓட்டுநர் உரிமம், ஹெல்மெட் என்று ஏதேதோ கேட்பார்கள். பலரிடமும் இந்த விவரங்கள் ஒழுங்காக இருப்பது கிடையாது.

எனவே அவர்களிடம் நூறோ, இருநூறோ வாங்கிக் கொண்டு அனுப்புவது வாடிக்கையாக நடந்து வருகிறது.

இதுவும் லஞ்ச ஊழல்தான்.

இதையும் விதிவிலக்கு பட்டியலில் சேர்த்துக் கொள்ளலாமா?

100, 200 ரூபாய்தானே லஞ்சமாகக் கேட்கிறார்கள்.

இந்தச் சந்தேகம் எழலாம்.

நிச்சயமாக இதற்கு விதிவிலக்கு அளிக்க முடியாது.

ஏனென்றால் காஸ் நிறுவன ஊழியர் அரசுத்துறையைச் சார்ந்தவர் கிடையாது. காஸ் ஏஜென்சியிடம் பணியாற்றுபவர்.

ஆனால் போக்குவரத்து காவல்துறையினர் முழுக்க முழுக்க அரசு ஊழியர்கள்.

ஒரு காலத்தில் இவர்களுக்கு மிகமிகக் குறைவான சம்பளமே வழங்கப்பட்டு வந்தது. ஆனால் இப்போது நிலைமை வெகுவாக முன்னேறி இருக்கிறது.

காஸ் நிறுவன ஊழியரிடம் எந்த அதிகாரமும் கிடையாது. ஆனால் காவல்துறையினரிடம் அதிகாரம் குவிந்து கிடக்கிறது.

இப்படிப் பல்வேறு காரணங்களால் சாலை விதிகளுக்கு மாறுபட்டு லஞ்சம் பெறுவது என்பது ஊழல்தான்.

இன்னொரு உண்மையை நாம் புரிந்துகொள்ள வேண்டும். என்னவென்றால் ஊழல் என்பது குழந்தைப் பருவம் முதலே தெரிந்தோ தெரியாமலோ இதற்கு நாம் பழக்கப்படுத்தப்பட்டு விடுகிறோம்.

குழந்தையாக இருக்கும்போது சாப்பிடுவதற்கு அடம் பிடிப்பது இயற்கை. ஆனால் அன்னை என்ன செய்கிறார்? நீல வானத்தில் உலா வரும் சந்திரனைக் காண்பித்து, 'நிலா நிலா ஓடி வா...' என்று பாட்டுப் பாடி சோறு ஊட்டுகிறார்.

இதற்கு என்ன அர்த்தம்?

ஏதோ ஓர் ஆசையைக் காட்டி அவர்கள் நினைப்பதைச் சாதிப்பது.

பள்ளியில் படிக்கும் குழந்தையிடம் தனது சொந்த வேலை ஒன்றைச் செய்யச் சொல்லும் ஆசிரியர், அதற்கு இனாமாக சாக்லேட் வழங்குவது உண்டு.

இதற்கு என்ன பொருள்?

பொதுத் தேர்வில் பள்ளியிலேயே முதலாவதாக வந்தால் ஆன்ட்ராய்டு போன் வாங்கித் தருவதாகத் தந்தை மகனிடம் சொல்வதும் நடக்கிறது.

இதற்கு என்ன அர்த்தம்?

நல்ல வரன் என்பதற்காக லட்சம் ரூபாய் வரதட்சணையும், மோட்டார் சைக்கிளும் மாப்பிள்ளைக்குப் பெண் வீட்டில் அளிக்கப்படுகிறது.

இதற்கு என்ன பொருள்?

கேள்விக்கு விடையைச் சரியாக எழுதினால் முழு மதிப்பெண் அளிக்கப்படும் என்று சொல்லப்படுகிறது.

அப்படியானால் இதற்கு என்ன அர்த்தம்?

இப்படி எவ்வளவோ உதாரணங்களை அடுக்கிக் கொண்டே போகலாம்.

ஊழல் என்ற விதை குழந்தைப் பருவம் முதலே நமக்கு ஊட்டப்படுகிறது என்பதே உண்மை.

மேலே குறிப்பிட்டவை அனைத்தும் எப்படி ஊழல் வரிசையில் இடம்பெறும் என்று கேட்கலாம்.

ஒரு செயலை வெற்றிகரமாகச் செய்து முடிப்பதற்காக ஏதாவது உதவிகளைச் செய்து கொடுத்தால் அது ஊழலாகத்தான் கருதப்படும்.

அந்த வகையில் பார்த்தால் இவை அனைத்தும் ஊழல்தான் என்றாலும் இதில் இன்னொரு பிரச்சனையும் உள்ளது.

அதாவது ஊழல் என்பது இரு வகைப்படும்.

1. நல்ல ஊழல்

2. கெட்ட ஊழல்.

அதாவது கொலஸ்டாலில் நல்ல கொலஸ்டால் என்றும், கெட்ட கொலஸ்டால் என்றும் இருவகை இருப்பதைப்போலத் தான் இதுவும்.

நல்ல ஊழல் என்பது தனக்கு எந்தவிதப் பலனையும் எதிர் பாராமல், பிறருக்குப் பலனளிப்பதற்காக மட்டுமே செய்யக்கூடிய செயல்.

குழந்தைக்கு சோறு ஊட்டினால் தாயின் வயிறு நிரம்புகிறதா அல்லது குழந்தையின் வயிறு நிரம்புகிறதா?

குழந்தையின் பசியைத் தீர்ப்பதற்காகத் தாய் அவரது ஆர்வத்தைத் தூண்டிவிட்டுச் சாப்பிடச் செய்கிறார்.

குழந்தையின் நலன் கருதி, அதன் கவனத்தை வேறு திசையில் திருப்பி விடுவது ஊழல் ஆகாது.

கேள்விக்குச் சரியான விடையை எழுதும் மாணவருக்கு அதிக மதிப்பெண் அளிப்பதால் ஆசிரியருக்கு எந்தப் பயனும் கிடையாது. ஆனால் அதிக மதிப்பெண் பெறுவதால் மாணவருக்கு மெடிக்கல் சீட் கிடைக்கும் வாய்ப்பு கைகூடும்.

விளையாட்டுப் போட்டிகளில் வென்றவருக்குப் பரிசளித்தால் அது அவரை ஊக்குவிப்பதாகும். இது நல்ல வகையிலான ஊழல்.'

அதேவேளையில் அந்தப் பரிசுத் தொகையில் ஒரு பங்கினை அதன் நிர்வாகி எடுத்துக் கொண்டால் அது கெட்ட ஊழல்.

எனவே இவை போன்ற அனைத்துமே நல்ல ஊழல்கள்.

பொய்மையும் வாய்மை யிடத்த புரைதீர்ந்த
நன்மை பயக்கும் எனின்.

இவ்வாறு கூறுகிறார் திருவள்ளுவப் பெருந்தகை.

குற்றமற்ற நன்மையை விளைவிக்குமானால், பொய்யான சொற்களும் உண்மை என்று நினைக்கத்தக்க இடத்தைப் பெறுவனவாகும் என்பதுதான் இக்குறளின் பொருள்.

அதாவது அடுத்தவர்களுக்கு நன்மையைத் தருவதாக இருந்தால் அதற்காகப் பொய் சொல்லலாம் என்பதுதான் உண்மை.

பொய் என்பது ஊழலின் ஒரு முக்கிய அங்கம். பொய் இல்லாமல் ஊழல் கிடையவே கிடையாது.

எனவேதான் இதை நல்ல ஊழல் என்று நாம் பிரித்துப் பார்க்கலாம்.

அப்படியானால் கெட்ட ஊழல்?

தனது சொந்தக் காரியத்திற்காக மாணவனைப் பயன்படுத்தி அதற்காக அவனுக்குச் சாக்லேட் கொடுத்தால் அது லஞ்சம்.

மாணவனைப் பயன்படுத்தி தனது சொந்த விருப்பத்தை நிறைவேற்றிக் கொள்வதால் இது கெட்ட ஊழல் வகையைச் சேருகிறது.

'தனி நபர் வளர்ச்சிக்காக, அவரது லாபத்திற்காக பொதுச் சொத்தைப் பயன்படுத்துவது ஊழல் ஆகும்.'

உலக வங்கியின் 1997ஆம் ஆண்டின் அறிக்கை ஊழலுக்கு இவ்வாறு விளக்கம் அளித்துள்ளது.

இந்தக் கெட்ட ஊழலானது நமது சமூக அமைப்பைச் சிறிது சிறிதாக அழித்துக் கொன்றுவிடும்.

சந்தர்ப்பத்தைப் பயன்படுத்திக் கொள்வதும், தமது குறிக் கோளை எந்த வகையிலேனும் அடைவதும் தனி நபரின் திறமையாக மதிக்கப்படுகிறது.

இதுவே சத்திய வாக்காகவும் மக்கள் மனதில் அழுத்தமாகப் பதித்து, அவர்களை நம்பவும் செய்கிறது.

பொது வாழ்வில் ஈடுபடும் ஒருவர் குறுகிய காலத்திற்குள் கோடிக் கணக்கில் பணம் சம்பாதித்தால் அதை அவரது திறமை யாகவோ அல்லது அவரது அதிர்ஷ்டமாகவோ இந்தச் சமூகம் பேசுவதுதான் துயரத்திலும் துயரம்.

ஊழலானது மன்னர்கள் காலந்தொட்டே இருக்கத்தான் செய்துள்ளன. இதற்கான ஆதாரங்கள் எதுவும் கிடைக்கப்பெற வில்லை என்றாலும் ஊழல்கள் நடைபெறாமல் தடுப்பது எப்படி

என்றும், ஊழல் குற்றங்களுக்கு விதிக்கப்பட வேண்டிய தண்டனை பற்றிய விவரங்களைப் பற்றிய குறிப்புகளும் உள்ளன.

இதற்குச் சான்றாக திருக்குறளை எடுத்துக் கொள்ளலாம்.

நாடோறும் நாடுக மன்னன் வினைசெய்வான்
கோடாமை கோடா துலகு

உயர் பதவியில் இருப்பவர் தவறு செய்யாவிட்டால் மக்களும் தவறு செய்ய மாட்டார்கள். அதனால் பதவியில் இருப்பவரை மன்னர் நாள்தோறும் கவனித்து வரவேண்டும்.

இதுதான் இக்குறளின் விளக்கம்.

ஊழல் என்பது பிரிட்டீஷாரின் ஆட்சிக் காலத்திலேயே இருந்தது. ராபர்ட் கிளைவ் காலத்திலேயே ஊழல்கள் மலிந்து கிடந்துள்ளன. அதற்கான சான்றுகள் இருக்கத்தான் செய்கின்றன.

அதாவது தங்களது ஆட்சியைத் தக்க வைத்துக் கொள்ள வேண்டும் என்பதற்காகவும், அரசு ஊழியர்களின் ஊதியத்தைக் குறைவாக வைத்துக் கொண்டு அதே சமயத்தில் அதிகாரிகளை சந்தோஷமாக இருக்கச் செய்ய வேண்டும் என்பதற்காக அதிகாரிகள் செய்யும் ஊழல்களை வெள்ளையர்கள் மறைமுகமாக ஆதரித்தனர்.

இரண்டாம் உலகப் போரின்போது ஊழல் கட்டுக்கடங்காமல் போகவே, 1941ஆம் ஆண்டு ஊழல் குற்றங்களை விசாரிப்பதற்காக டில்லி சிறப்புக் காவல்துறை ஒன்று ஏற்படுத்தப் பட்டது.

சாணக்கியரும் ஊழல்களால் ஏற்படும் பிரச்சனைகளையும், அதனைக் கட்டுப்படுத்துவதற்கான வழிமுறைகளையும் பதிவு செய்துள்ளார்.

'நாவின் நுனியில் தடவப்பட்ட தேனையும் விஷத்தையும் எவ்வாறு சுவைக்காமல் இருக்க முடியாதோ, அதேபோல அரசு ஊழியர்களால் அரசரின் வருமானத்தில் ஒரு குறைந்த பகுதியையாவது சுவைக்காமல் இருக்க முடியாது.' என்கிறார்.

ஊழல் என்பது தவிர்க்க முடியாதது என்பதைத் தனது ஆழ்ந்த கருத்தாக அவர் முன்வைத்துள்ளார்.

'நீரினுள் நீந்தும் மீன் நீர் அருந்துகிறதா இல்லையா என்பதை எவ்வாறு கண்டறிய முடியாதோ அதே போன்று அரசு

ஊழியர்கள் அரசுப் பணத்தைக் கையாடல் செய்கிறார்களா இல்லையா என்பதையும் கண்டறிய முடியாது' என்றும் சாணக்கியர் தெரிவித்துள்ளார்.

என்னதான் தலைகீழாக நின்றாலும் அரச பதவியில் இருப்பவர்கள், அரசு ஊழியர்கள் உள்ளிட்டோர் எவ்வளவு கொள்ளையடிக்கிறார்கள் என்பதைக் கண்டறியவே முடியாது என்பதுதான். அவரின் தீர்க்கமான அபிப்பிராயம்.

'வானில் பறக்கும் பறவையின் நகர்வுகளைக் கூட கண்டறிந்து விடலாம், ஆனால் தவறான காரியங்களில் ஈடுபடும் அரசு ஊழியர்களின் நகர்வுகளைக் கண்டறிவது கடினம்' என்கிறார் சாணக்கியர் தனது அர்த்தசாஸ்திரம் நூலில்.

அரசு ஊழியர்கள் லஞ்ச ஊழலில் திளைத்தவர்களாகத்தான் திகழ்வார்கள் என்பதைச் சந்தேகத்திற்கே இடமில்லாத வகையில் அழுத்தம் திருத்தமாகத் தெரிவித்துள்ளார் சாணக்கியர்.

சாணக்கியர்

ஆனாலும் இந்த ஊழலைக் கட்டுப்படுத்த முடியும் என்றும் நம்பிக்கை ஊட்டுகிறார்.

எப்படி?

ஊழலை வெளியே கொண்டுவரும் ஒற்றர்களுக்கு சம்பந்தப் பட்ட தொகையில் ஆறில் ஒரு பங்கினை வெகுமதியாக அளிக்கும் திட்டத்தைச் செயல்படுத்துவதன் மூலம் இந்தத் தவறைக் கட்டுப் படுத்த முடியும் என்று யோசனை தெரிவித்துள்ளார்.

அர்த்த சாஸ்திரம் என்பது அரசியல் பற்றிய மிகப் பெரிய பொக்கிஷம்.

சந்திரகுப்த மௌரியரின் அமைச்சராக இருந்து அவருக்கு மீண்டும் மன்னர் பதவி கிடைப்பதற்குப் பக்கபலமாக இருந்தவர் சாணக்கியர். மிகப் பெரிய ஞானி.

நீதி சாஸ்திரம் மட்டுமல்லாமல் பொருளாதாரம் குறித்தும் தெளிவான கருத்துக்களை எடுத்துரைத்துள்ளார் அர்த்த சாஸ்திரம் நூலில்.

உலகின் பல பேரரசுகள் லஞ்ச ஊழல் காரணமாக வேரோடு சாய்ந்த வரலாறுகள் உண்டு.

பிரெஞ்சுப் புரட்சி, ரஷ்யப் புரட்சி, சீனப் புரட்சி என்று பல புரட்சிகள் தோன்றுவதற்குக் காரணமாக அமைந்தது ஊழல் மலிந்த ஒரே காரணத்தால்தான்.

இந்தியாவில் காங்கிரஸ் கட்சி அதலபாதாளத்தில் வீழ்ச்சி அடைந்ததற்குக் காரணமும் அதுவே.

ஆனாலும் புதிதுபுதிதாக ஆட்சிப் பொறுப்பில் அமரும் எந்த ஆட்சியாளர்களும் இதனை உணர்வதே கிடையாது. பதவியைக் கைப்பற்றும் வரை ஊழலைப் பற்றி மலைச் சிகரங்கள் தவிடு பொடியாகச் சிதறும் வகையில் அடிவயிற்றில் இருந்து குரலெடுத்து ஆவேசமாகப் பேசும் இவர்கள், ஆட்சிக் கட்டிலில் அமர்ந்ததும் ஒரே நாளில் அனைத்தையும் மறந்து விடுகிறார்கள்.

முந்தைய ஆட்சியாளர்கள் விட்டுச் சென்ற இந்தத் தவறான செயல்களைத் தொடர்ந்து செய்கிறார்கள். மக்களின் வெறுப்புக்கு ஆளாகி, வந்த வேகத்திலேயே காணாமல் போய்விடுகிறார்கள்.

படை பலம், பண பலம், அதிகார பலம் ஆகியவற்றின் துணையோடு, பொதுமக்களைக் கிள்ளுக் கீரையாக நினைத்து,

அரசு கஜானாவைச் சுரண்டுவதைத் தங்கள் முழுநேரத் தொழிலாகக் கொண்டு செயல்படுகிறார்கள்.

அறிவுச் சோம்பலும், ஆதிக்க அரசியலும் மட்டுமே ஊழல் வாதிகளின் முக்கியப் பலமாக விளங்குகின்றன.

அறிவுச் சோம்பல் என்பதால் அறிவாளிகளை இவர்கள் நெருங்க விடுவதே கிடையாது. விவரமாகப் பேசுபவனை ஏதோ ஒரு காரணத்தைக் காட்டி, தங்கள் ஆதிக்க அரசியலின் மூலமாக மூச்சுவிடக்கூட முடியாத அளவிற்கு முடக்கி வைத்துவிடுகிறார்கள்.

ஊழல் என்பது அரசியல்வாதிகளின் வாழ்வாதாரமாக ஒரு காலக்கட்டத்தில் இருந்தது.

பின்னர் அது மாற்றமடைந்து அரசியல்வாதிகளின் உயிராக மாறியது.

ஆனால் இப்போது இந்த ஊழலானது இன்னும் மாற்றம் அடைந்து அரசியல்வாதிகளின் ஆன்மாவாகிப் போனதுதான் காலத்தின் கொடுமை.

தேர்தல் என்பது ஜனநாயகத்தின் முக்கிய அங்கம். அது மக்கள் சக்திக்கு உரிய அங்கீகாரத்தைக் கொடுக்கும் நிலை. ஆட்சி நடத்துபவரைத் தாங்களே தீர்மானித்துக் கொள்வதற்காகக் கொடுக்கப்பட்ட உரிமை.

ஆனால் அந்தத் தேர்தலையே ஊழல் என்னும் கரையான் அரித்துத் தின்னும் பரிதாபமும் நிகழ்ந்து வருகிறது.

மிரட்டல், இலவசம், வாக்காளர்களுக்குப் பணம் உள்ளிட்ட ஆடம்பரப் பொருட்கள், பொய், பித்தலாட்டம், கள்ள ஓட்டு என்று பலவகையில் தேர்தல் சிதைக்கப்பட்டு வருகிறது.

பொதுத் தேர்தலில் வாக்காளர்களின் வாக்குகள் இவ்வாறு சுரண்டப்படுகிற நிலையில், மக்களால் தேர்ந்தெடுக்கப்பட்ட உறுப்பினர்களும் இதேபோன்ற நிலைக்குத் தள்ளப்படும் கேலிக் கூத்துகள் நடந்துகொண்டுதான் இருக்கின்றன.

மொரார்ஜி தேசாய் தலைமையிலான ஜனதாக் கட்சியின் அரசு இப்படித்தான் கவிழ்க்கப்பட்டது.

வி.பி.சிங் தலைமையிலான ஜனதா தள அரசும் இதே போன்ற கேலிக்கூத்தால் துரத்தப்பட்டது.

தமிழகத்தில் அண்மையில் ஓ. பன்னீர் செல்வம் தலைமை

யிலான அரசை அவரது கட்சியினரே கவிழ்ப்பதற்கும் இந்த வகை தில்லுமுல்லுகள் நடந்ததை அனைவரும் அறிவார்கள்.

ஜனநாயகத்தின் தூணாகக் கருதப்படும் தேர்தலே இப்படி ஊழல் என்னும் விஷ ஊசி செலுத்தப்பட்டு சாகடிக்கப்படுகிறது என்றால் ஊழலின் மகாசக்தியை நாம் புரிந்து கொள்ளலாம்.

நாடு சுதந்திரம் பெற்ற பிறகு ஆட்சியாளர்களின் துணை யோடு நடந்த ஊழல்கள் பலப்பல. அவற்றில் ஊடகங்களால் வெளி உலகிற்குச் சுட்டிக்காட்டப்பட்டவை மிகச் சில.

ஆனால் அவை அனைத்தும் 'மெகா ஊழல்கள்' என்பதில் சந்தேகம் கிடையாது.

இந்தியாவில் நடந்த ஊழல்களைப் பட்டியலிடலாம்.

1. 1948 ஜீப் ஊழல் (ரூ. 20 லட்சம்)

2. 1971 நகர்வாலா ஊழல் (ரூ. 60 லட்சம்)

3. 1987 போஃபர்ஸ் ஊழல், பேர்பாக்ஸ் ஊழல் (ரூ.260 கோடி)

2. 1992 ஹர்ஷத் மேத்தா பங்குச்சந்தை ஊழல் (ரூ.5,000 கோடி)

3. 1994 சர்க்கரை இறக்குமதி ஊழல் (ரூ.650 கோடி)

4. 1995 பிரபரன்சியல் அபார்ட்மென்ட் ஊழல் (ரூ.5,000 கோடி)

5. 1995 யூகோய்லேவ் டைனர் ஊழல் (ரூ.400 கோடி)

6. 1995 காஸ்லாவ் விருந்து ஊழல் (ரூ.400 கோடி)

7. 1995 மேகாலயா வன ஊழல் (ரூ.300 கோடி)

8. 1996 உர இறக்குமதி ஊழல் (ரூ.1,300 கோடி)

9. 1996 யூரியா ஊழல் (ரூ.133 கோடி)

10. 1996 பீகார் மாட்டுத் தீவன ஊழல் (ரூ.990 கோடி)

11. 1997 சுக்ராம் டெலிகாம் ஊழல் (ரூ.1,500 கோடி)

12. 1997 எஸ்.என்.சி. லாவலைன் மின்சாரத் திட்ட ஊழல் (ரூ.374 கோடி)

13. 1997 பீகார் நில ஊழல் (ரூ.400 கோடி)

14. 1997 சி.ஆர்.பான்சால் பங்கு மார்க்கெட் ஊழல் (ரூ.1,200 கோடி)

15. 1998 தேக்கு மர வளர்ப்பு ஊழல் (ரூ.8,000 கோடி)

16. 2001 யு.டி.ஐ. ஊழல் (ரூ.4,800 கோடி)

17. 2001 தினேஸ் டால்மியா பங்கு மார்க்கெட் ஊழல் (ரூ.595 கோடி)

18. 2001 கேதான் பரேக் செக்யூரிட்டி ஊழல் (ரூ.1,250 கோடி)

19. 2001 வீரேத்திர ரஸ்ட்டதி உலகளவில் ஊழல் (ரூ.1 பில்லியன் வரை)

20. 2002 சஞ்சய் அகர்வால் ஹோமிராடு ஊழல் (ரூ.600 கோடி)

21. 2003 டெல்க்கி பத்திர பேர ஊழல் ரூ.172 கோடி

22. 2003 பிரமோத் மகாஜன் டாடா விஎஸ்என்எல் ஊழல் (ரூ.1,200 கோடி)

23. 2005 ஐ.பி.ஓ.டி. மாட் ஊழல் (ரூ.146 கோடி)

24. 2005 பீகார் வெள்ள நிவாரண ஊழல் (ரூ.17 கோடி)

25. 2005 ஸ்கார்பென் சப்மைரின் ஊழல் (ரூ.18,979 கோடி)

26. 2006 பஞ்சாப் சிட்டி சென்டர் ஊழல் (ரூ.1,500 கோடி)

27. 2006 தாஸ்காரிடார் ஊழல் (ரூ.175 கோடி)

28. 2008 பூனே பில்லியனர் ஜெகன் அலிகான் வரி ஏய்ப்பு ஊழல் (ரூ.50,000 கோடி)

29. 2008 சத்யம் ஊழல் (ரூ.10,000 கோடி)

30. 2008 ரிலையன்ஸ் பங்கு விற்பனை ஊழல் (ரூ.513 கோடி)

31. 2008 ராணுவ ரேஷன் ஊழல் (ரூ.5,000 கோடி)

32. 2008 ஸ்டேட் பாங்க் ஆஃப் சௌராஷ்டிரா ஊழல் (ரூ.95 கோடி)

33. 2009 ஜார்க்கண்ட் மருத்துவ சாதனங்கள் ஊழல் (ரூ.130 கோடி)

34. 2009 அரிசி ஏற்றுமதி ஊழல் (ரூ.2,500 கோடி)

35. 2009 ஒடிசா சுரங்க ஊழல் (ரூ.7,000 கோடி)

36. 2009 மதுகோடா சுரங்க ஊழல் (ரூ.37,000 கோடி)

37. 2011 2ஜி ஸ்பெக்ட்ரம் ஊழல் (ரூ. 1,76,000 கோடி.)

38. 2012 வக்ஃபு வாரிய நிலமோசடி ஊழல்
(ரூ. 2,00,000 கோடி)

39. 2012 இந்திய நிலக்கரிச் சுரங்க ஒதுக்கீடு முறைகேடு ஊழல்
(ரூ.1,85,591 கோடி)

40. 2012 உத்திரப்பிரதேசம் தேசிய ஊரக சுகாதாரத் திட்டம் ஊழல் (ரூ.10,000 கோடி)

41. ஹவாலா நிதி முறைகேட்டில் ஊழல்
(18 மில்லியன் டாலர்)'

42. தங்க நாற்கரச் சாலை அமைக்கும் திட்டத்தில் நில மோசடி ஊழல் (100 மில்லியன் டாலர்).

43. மகாராஷ்டிரா மாநிலத்தில் பாரதிய ஜனதா கட்சியின் முன்னாள் தேசியத் தலைவர் நிதின் கட்கரியும், தேசிய வாத காங்கிரஸ் கட்சியின் தலைவரும், மத்திய வேளாண் அமைச்சருமான சரத்பவாரும் சம்பந்தப்பட்ட பாசனக் கால்வாய் திட்ட மோசடி ஊழல்
(ரூ. 75,000 கோடி ஊழல்.)

44. கர்நாடகத்தில் பாரதிய ஜனதா கட்சியின் முதல்வராக இருந்த எடியூரப்பா இரும்புத் தாது வெட்டிஎடுப்பதில் ஊழல் (ரூ.50 கோடி ஊழல்.)

45. கோவாவில் பாரதிய ஜனதா கட்சி முதல்வர் பணிக்கர் அரசின் இரும்புத் தாது ஊழல் (ரூ.25 கோடி)

46. ஜார்க்கண்ட் மாநிலத்தில் அர்ஜுன் முண்டா மற்றும் மதுகோடாவின் கனிம ஊழல் (ரூ.37,000 கோடி)

47. சத்தீஸ்கரில் கனிம வளங்களை வெட்டியெடுக்க ஒப்பந்தம் வழங்குவதில் மற்றும் மின் திட்டங்களில் ராமன்சிங் அரசு செய்த முறைகேடு ஊழல் (ரூ.40,000 கோடி)

48. கர்நாடகத்தில் ரெட்டி சகோதரர்கள், கனிம வளங்கள் வெட்டியெடுப்பதற்கு ஆதரவாகச் செயல்பட்ட முன்னாள் மத்திய அமைச்சர் சுஷ்மா ஸ்வராஜ் பெற்ற ஊழல்
(ரூ.1,500 கோடி)

இப்படி ஊழல்களைப் பட்டியிடலாம்.

இவை அனைத்தும் வெளிஉலகிற்கு பத்திரிகைகளால் படம் பிடித்துக் காட்டப்பட்ட ஊழல்கள்.

தேசிய அளவில் வெடித்த ஊழல்கள்.

தமிழகத்தைப் பொறுத்த மட்டில் அசிங்கமான அளவில் நிறைய ஊழல்கள் நடந்துள்ளன.

மணல் கொள்ளை ஊழல்

சுடுகாட்டு ஊழல்

மின்கொள்முதல் ஊழல்

ஆவின் பால் கலப்பட ஊழல்

கிரானைட் ஊழல்

நிலபேர ஊழல்

குட்கா ஊழல்

இப்படி சொல்லிக் கொண்டே போகலாம். அதன் வரிசை மிக நீளம்.

'குற்றவாளிகள் தங்களின் நெறிப்படுத்தப்பட்ட ஒருங்கிணைப் பின் மூலம், அரசாங்கத்திற்கு இணையான மற்றொரு அரசாங்கத்தை நடத்தி அரசின் அனைத்து செயல்பாடுகளையும் நேர்மை, நீதி போன்றவற்றிற்கு எதிராகச் செயல்பட வைக்கின்றனர்' என்று 1995ஆம் ஆண்டு மத்திய அரசின் உள்துறைச் செயலராக இருந்த என்.என். வோரா என்பவர் தெரிவித்துள்ளார்.

மக்கள் நலத் திட்டங்கள் பலவற்றை மத்திய அரசும் சரி, மாநில அரசும் சரி அறிவித்துக் கொண்டே இருக்கின்றன.

ஆனால் இத்திட்டங்கள் அனைத்தும் முழுமையாக மக்களைச் சென்று அடைவதில்லை. பாதியளவிலான பலனை இடைத் தரகர்களும், அரசியல்வாதிகளுமே பெறுகின்றனர்.

ஏழை மக்களுக்காக மானியத்துடன் அரசு அளிக்கும் மண்ணெண்ணெயில் நாற்பது சதவீதம் அளவு டீசலுடன் கலப் படம் செய்வதற்காகக் கடத்தப்படுகின்றன.

தேசிய ஊரக வேலைவாய்ப்பு உறுதி திட்டத்தில் ஐம்பது சதவீதம்தான் பயனாளிகளைச் சென்றடைகிறது. மேலும் இந்தத்

திட்டத்தில் பெயரளவிலான வேலை மட்டுமே நடக்கவும் செய்கிறது என்று ஆய்வுகள் தெரிவிக்கின்றன.

கொள்முதல் செய்வதிலும், விநியோகிப்பதிலும் கோடிக் கணக்கான பணம் கொள்ளையடிக்கப்படுகின்றன.

பாதியளவே மக்களைச் சென்றடைகின்றன.

இந்த உண்மை பரம இரகசியமாக இருந்தாலும் பரவாயில்லை. நன்றாக வெளிச்சம் போட்டுக் காட்டப்படுகிறது.

ஆனாலும் இதுதொடர்பாக ஊழல் செய்த அமைச்சர்களோ, ஆளுங்கட்சியின் தலைவர்களோ, அதிகாரிகளோ, இடைத்தரகர் களோ வழக்குகளில் சிக்கித் தண்டனை பெற்றதே கிடையாது.

ஒருவேளை ஏதாவது காழ்ப்புணர்ச்சி காரணமாக இவர்கள் மீது வழக்குப் பதிவு செய்யப்பட்டு சிறையில் அடைக்கப்பட்டாலும் அவர்கள் ஒன்றோ, இரண்டோ மாதங்களில் ஜாமீனில் வெளியே வந்து, மறுபடியும் தங்கள் ஆட்டத்தைத் தொடருகும் அநியாயம் தான் நடந்து வருகிறது.

அப்புறம் அந்த வழக்கு என்னவாயிற்று என்பது அந்த ஆண்டவனுக்கே வெளிச்சம்.

1969ஆம் ஆண்டு தனியார் வங்கிகள் மற்றும் இன்சூரன்ஸ் நிறுவனங்கள் தேசியமயமாக்கப்பட்டது. விவசாயிகள் மற்றும் ஏழை எளியவர்களுக்கு வங்கிக் கடன்கள் கிடைக்க வேண்டும் என்ற ஒரே நோக்கத்திற்காகவே இவ்வாறு செய்யப்படுவதாக அப்போதைய பிரதமர் இந்திரா காந்தி கூறினார்.

ஆனால் இன்று நடப்பதென்ன?

சாதாரண பாமர மக்களால் சுலபமாக வங்கிக் கடனைப் பெற்றுவிட முடிகிறதா?

கல்விக் கடன் பெறுவதற்கே எத்தனை பேர் கண்விழி பிதுங்கித் தத்தளித்துக் கொண்டிருக்கிறார்கள் என்பது அனைவருக்கும் தெரியும்.

கோடிக் கணக்கில் மிகப் பெரிய முதலாளிகளுக்குக் கடனை அள்ளிக் கொடுக்கிற நிலைமைதான் இன்று காணப்படுகிறது. அவர்களும் அதை ஏதோ ஒரு வழியில் செலவு செய்துவிட்டு, அல்லது சொத்துக்களை வாங்கிக் குவித்துவிட்டு வங்கிகளுக்குத் திருப்பிச் செலுத்தாமல் ஏமாற்றும் நிலை உள்ளது.

ஆனால் இவ்வாறு கோடிக் கணக்கில் வங்கிக் கடன்கள் சுருட்டப்பட்ட நிலையில் அந்தக் கடன் தொகை வாராக் கடன் என்று தள்ளுபடி செய்யப்படுகிறது.

இவ்வாறு கோடிக்கணக்கான கடன் தள்ளுபடி செய்வதால் அரசுக்குப் பெரும் நிதி நெருக்கடி ஏற்படுகிறது. இதனை சமாளிப்பதற்காக கூடுதல் வரி விதிக்கப்படுகிறது.

இந்த வரிப் பணமும் கோடீஸ்வரர்களைக் குறிவைத்து விதிக்கப்படுவதில்லை. அப்பாவி ஏழை மக்களின் தலையிலேயே மிளகாய் அரைக்கப்படுகிறது. அவர்களின் அன்றாட அத்யாவசியப் பொருட்கள் மீது வரி விதிக்கப்படுகிறது. இதைப்பற்றிக் கேட்டால் ஒரு சதவீத வரிதானே விதிக்கப்பட்டுள்ளது என்று சமாதானம் கூறப்படுகிறது.

மொத்தத்தில் வரி விதிப்பு என்பது ஏழைகளிடம் இருந்து திருடி பணக்காரர்களுக்குக் கடன் மற்றும் சலுகைகள் வழங்கப் படும் நிலையாக இன்று மாறிவிட்டது.

வரிஏய்ப்பு, ஹவாலா பணம் போன்றவைகளைப் பெரும் பணக்காரர்கள்தான் செய்து வருகின்றனர். அரசுக்கு இந்த உண்மை தெரிந்தாலும் அவற்றைக் கண்டும் காணாததுபோலவே நடந்து கொள்கிறது.

ஏனென்றால் அரசியல் கட்சியினருக்குத் தேவையான 'கவனிப்பு' இந்தப் பணக்காரர்களால் உரிய நேரத்தில் சரியாகச் செய்து கொடுக்கப்படுகிறது.

கோடிக்கணக்கில் பணம் கொள்ளையடிக்கப்படுவதை விசாரித்து, தவறு செய்தவர்களைத் தண்டிப்பதற்கு அரசிடம் வலுவான கட்டமைப்பு உருவாக்கப்படவில்லை.

இந்த வாய்ப்பைப் பயன்படுத்திக் கொண்டு செல்வந்தர்கள், தொழிலதிபர்கள் ஆகியோருடன் கூட்டுச் சேர்ந்து கொள்ளை யடித்து பெரும் பணத்தைத் திரட்டுகின்றனர் பதவியில் இருக்கும் அரசியல்வாதிகளும், அதிகாரிகளும்.

1947ஆம் ஆண்டு இந்தியா சுதந்திரம் பெற்ற பிறகு நிறைய வளர்ச்சிப் பணிகள் நடைபெற்றுள்ளன.

ஆனால் தேசம் வளர்ச்சி பெற்றதைக் காட்டிலும் ஆட்சி யாளர்களின் வளர்ச்சியே மிக அதிகமாக உள்ளது.

புதிய ஊழல் தடுப்பு திருத்தச் சட்டம் ஒன்றை மத்திய சட்ட ஆணையம் தயாரித்துள்ளது.

ஒரு அரசு ஊழியர் தனது பணியைச் செய்து முடிக்க ஊதியத்தைத் தவிர வேறு எதையும் பெற்றுக் கொள்வது லஞ்சமாகவும், ஊழலாகவும் கருதப்படும்.

வேலையைச் செய்து முடித்துக் கொடுப்பதற்குப் பாலியல் ரீதியாகப் பெண்களை இணங்கச் சொல்வதும் ஊழல் ஆகும்.

வேலை நிமித்தம் நட்புறவை ஏற்படுத்திக் கொள்வதும் ஊழல் என்கிறது இந்த அறிக்கை.

இந்த அறிக்கையானது அரசுத் துறையைச் சார்ந்தவர்களை மட்டுமல்லாமல் தனியார் துறையைச் சார்ந்தவர்களையும் ஊழல் களத்தில் இறுக்கிப் பிடிக்கிறது.

கார்ப்பரேட் நிறுவனங்கள் மற்றும் அதன் நிர்வாக அதிகாரிகளையும் ஊழல் சட்டத்தின் கீழ் கொண்டுவர வேண்டும் என்றும் பரிந்துரைத்துள்ளது.

லஞ்சம் பெறுபவர் மட்டுமல்லாமல் கொடுப்பவரையும் தண்டிக்கும் வகையில் சட்டத் திருத்தம் மேற்கொள்ள வேண்டும் என்றும் இந்த அறிக்கையில் குறிப்பிடப்பட்டுள்ளது.

ஆனால் இச்சட்டம் அனைவராலும் ஏற்கப்பட்டு சட்டமாக வந்தாலும், ஊழல் பெருச்சாளிகள் இந்தச் சட்டத்தில் இருந்து தப்பித்துக் கொள்வார்கள் என்பதில் சந்தேகமே கிடையாது. ஆனால் அப்பாவிகள்தான் இதில் சிக்கி மாய்ந்து போவார்கள்.

2 இந்தியாவின் முதல் ஊழல்

முதல் என்பதற்கு எப்போதுமே முக்கியத்துவம் அதிகம். சாகும் வரை அது மட்டும் நினைவில் நிழலாடிக் கொண்டே இருக்கும்.

முதல் குழந்தை பிறந்ததை அத்தனை எளிதாக மறந்து விட முடியாது. குழந்தையின் முதல் சிரிப்பை மறக்கவே முடியாது. காதலிக்குக் கொடுத்த முதல் முத்தமும் மறக்க முடியாத ஒன்று. முதலிரவை யாரும் மறந்து விட முடியுமா என்ன? பள்ளியில் முதன் முதலாக வாங்கிய பரிசையும் மறக்க இயலாது.

இப்படி முதல் என்பதற்கு அநேக முக்கியத்துவங்கள் உண்டு.

அப்படித்தான் இந்தியாவின் முதல் ஊழலும்.

ஊழல் என்பது இன்றைய காலக்கட்டத்தில் மலிந்துவிட்டது. நாள்தோறும் புதிதுபுதிதாக ஊழல்கள்

பெருக்கெடுத்து வருகின்றன. லட்சக்கணக்கில் நடந்த ஊழல் இன்று கோடிக் கணக்கில் நடக்க ஆரம்பித்துவிட்டது.

எனவே இன்று ஊழல்களை மக்கள் நினைவில் வைத்துக் கொள்வது என்பது அத்தனை எளிதானதாக இல்லை. ஊழலைத் தங்கள் வாழ்வின் ஓர் அங்கமாகவே அவர்கள் ஏற்றுக்கொள்ளத் தொடங்கிவிட்டனர்.

விடுதலை பெறுவதற்குச் சில மாதங்களுக்கு முன்பே, அதாவது 1947ஆம் ஆண்டு மார்ச் மாதத்தில் ஊழல் தடுப்புச் சட்டம் அமலுக்கு வந்தது.

அப்போது காங்கிரஸ் தலைவர்கள் ஒரு விஷயத்தை அழுத்தம் திருத்தமாகப் பேசி வந்தனர்.

'உண்மையான மக்கள் பிரதிநிதிகள் ஆட்சிக்கு வரும்போது காலனிய ஆட்சிக் காலத்தில் காணப்படும் அனைத்து விதமான லஞ்ச ஊழல்களும் காணாமல் மறைந்து போகும்.'

இப்படித்தான் அவர்கள் பொதுமக்கள் மத்தியில் முழங்கி வந்தனர்

ஆனால் அது வெறும் வெற்றுப்பேச்சு என்பது அடுத்த ஆண்டே அக்கட்சியினர் நிரூபிக்கவும் செய்தனர்.

அப்படி என்னதான் நடந்தது?

சுதந்திர இந்தியாவின் முதல் ஊழல் அங்கே பிள்ளையார் சுழி போட்டுத் தொடங்கப்பட்டது.

அது என்ன ஊழல்?

இந்திய இராணுவத்திற்கு ஜீப் வாங்கியதில் நடந்த ஊழல் தான் சுதந்திர இந்தியாவின் மிகப்பெரிய முதல் ஊழல்.

இது நடந்தது 1948ஆம் ஆண்டு.

அந்த நாட்களைச் சற்றே திரும்பிப் பார்த்தால் சில அதிர்ச்சி உங்களை ஆட்கொள்ளக்கூடும். 'இந்தப் பூனையும் பால் குடிக்குமா?' என்ற அதிர்ச்சிக் கேள்வி உங்கள் மனதைச் சுற்றி வலம் வந்து தாக்கும்.

1948ஆம் ஆண்டு பிரிட்டனின் இந்திய ஹைகமிஷனராகப் பணியாற்றியவர் வி.கே. கிருஷ்ண மேனன். பண்டித ஜவஹர்லால் நேருவின் நெருங்கிய நண்பர் இவர்.

ஜவஹர்லால் நேரு - கிருஷ்ணமேனன்

இவர் விதிமுறைகளை மீறி இந்திய இராணுவத்திற்கு ஜீப் வாங்குவதற்காக 80 லட்ச ரூபாய்க்கான ஒப்பந்தத்தில் வெளிநாட்டு நிறுவனம் ஒன்றுடன் ஒப்பந்தம் செய்து கையொப்பமிட்டார்.

அன்றைய காலக்கட்டத்தில் இந்திய இராணுவத்திற்கு 4 ஆயிரத்து 603 ஜீப்கள் தேவைப்பட்டன. இவர் கையொப்பமிட்டது ஆயிரத்து 500 ஜீப்கள் வாங்குவதற்கான ஒப்பந்தத்தில்.

ஒப்பந்தம் செய்து கொண்ட பிறகு ஒன்பது மாதங்கள் கடந்தும் ஜீப்கள் இந்திய அரசிடம் ஒப்படைக்கப்படவில்லை. ஆனால் சம்பந்தப்பட்ட நிறுவனம் ஜீப்களை ஒப்படைப்பதற்கு முன்பே ஆயிரத்து 500 கோடி ரூபாயில் பெரும் பகுதி அந்த நிறுவனத்திற்கு வழங்கப்பட்டுவிட்டது.

1949ஆம் ஆண்டு இந்த ஒப்பந்தத்தின்படி இந்திய இராணுவத்திற்கு அந்த நிறுவனம் ஜீப்களை வழங்கியது.

எவ்வளவு ஜீப்கள் தெரியுமா?

வெறும் 155 மட்டுமே.

இந்த ஜீப்களை இந்திய இராணுவம் பெற்றுக் கொள்ளும்படி அப்போதைய பாரதப் பிரதமர் நேரு வற்புறுத்தினார்.

இந்த ஒப்பந்தம் செய்து கொள்ளப்பட்டதில் பெருமளவு ஊழல் நடந்திருப்பது ஏழு ஆண்டுகள் கழித்தே தெரியவந்தது. இந்தக் குற்றச்சாட்டு வலுவடைந்ததும் இதனைப் பற்றி அனந்தசயனம் ஐயங்கார் தலைமையில் விசாரணைக் கமிஷன் ஒன்று அமைக்க நேரு உத்தரவிட்டார்.

இந்த விசாரணைக் கமிஷனும் தீர விசாரித்து ஒரு அறிக்கையை அரசிடம் சமர்ப்பித்தது. அதாவது, இந்த ஊழல் பற்றி நீதிமன்ற விசாரணை நடத்துமாறு சிபாரிசு செய்தது.

விசாரணைக் கமிஷனின் அறிக்கையை ஏற்று முறையாக நீதி மன்ற விசாரணைக்கு உத்தரவிடுமாறு மத்திய அரசை எதிர்க்கட்சி களும் நிர்ப்பந்தம் செய்தன.

ஆனால் ஜவஹர்லால் நேரு நீதிமன்ற விசாரணை நடத்து வதற்கு விரும்பவில்லை. விசாரணைக் கமிஷனின் அறிக்கையை ஏற்க மறுத்துவிட்டார்.

அப்போதைய உள்துறை அமைச்சர் கோவிந்த் பல்லப் பந்த் 1955ஆம் ஆண்டு செப்டம்பர் மாதம் 30ஆம் தேதி ஒரு தெளிவான, அதிர்ச்சியளிக்கக்கூடிய அறிக்கை ஒன்றை வெளியிட்டார்.

'ஜீப் ஊழல் வழக்கு முடிக்கப்படுவதாகவும், இதில் எதிர்க்கட்சி கள் திருப்தி அடையாவிட்டால் இந்தப் பிரச்சனையை அவர்கள் தேர்தல் பிரச்சாரத்திற்குப் பயன்படுத்திக் கொள்ளலாம்' என்றும் அமைந்திருந்தது அந்த அறிக்கை.

எதனால் இவ்வாறு நேரு அமைச்சரவை நடந்து கொண்டது என்பது அவர்களுக்கே வெளிச்சம்.

தம்மால் அமைக்கப்பட்ட விசாரணைக் கமிஷனின் அறிக்கையை நாட்டின் பிரதமர் முதன் முதலாக ஏற்க மறுத்தது இதுவாகத்தான் அமைந்தது.

ஆக, இந்த ஊழல் வழக்கு அரசால் ஒருதலைப்பட்சமாக முடித்து வைக்கப்பட்டது.

இதன்பிறகு நடந்த சம்பவங்கள்தான் அதிர்ச்சியளிப்பவையாக அமைந்தன.

அடுத்த ஒருசில மாதங்களில், இப்படிக் குற்றச்சாட்டுக்கு இலக்காகி இருந்த வி.கே.மேனனைத் தமது அமைச்சரவையில் இலாகா இல்லாத அமைச்சராகச் சேர்த்துக் கொண்டார் ஜவஹர்லால் நேரு. அதாவது 1956ஆம் ஆண்டு பிப்ரவரி மாதம் 3ஆம் தேதி கிருஷ்ணமேனன் மத்திய அமைச்சரானார்.

அத்துடன் நின்றுவிடாமல் கிருஷ்ணமேனனுக்கு 1959ஆம் ஆண்டு பாதுகாப்புத் துறையும் ஒதுக்கப்பட்டு, இந்திய இராணுவ அமைச்சரானார்.

பிரதமர் நேருவின் நெருங்கிய நண்பராகவும், நம்பிக்கைக்கு உரியவராகவும் ஆனார் வி.கே. மேனன். ஊழல் குற்றச்சாட்டுக்கு உள்ளான ஒருவரைத் தமது நண்பராகவும், அமைச்சராகவும் இருப்பதற்கு நேரு ஆதரவளித்தது ஆச்சரியம் தரும் உண்மை.

இன்று எவ்வளவோ ஊழல்கள் நடந்து வருகின்றன. ஆளுங் கட்சிக்கு வேண்டியவர் ஊழல் செய்திருந்தால் அந்த வழக்கின் போக்கு ஒருவிதமாகவும், எதிர்க்கட்சியைச் சேர்ந்தவர் என்றால் வேறு விதமாகவும் இருப்பதை நாம் கண்கூடாகப் பார்க்கிறோம். ஆனால் இந்த நியாயமற்ற தன்மை நேரு காலத்திலேயே இருந்திருக்கிறது என்பதுதான் உண்மை.

ஆக, சுதந்திர இந்தியாவில் முதல் ஊழல் என்னும் கேவலமான பெருமையை ஜீப் ஊழல் பெற்றுள்ளது.

அடுத்து 1951ஆம் ஆண்டு நடந்த சைக்கிள் ஊழல் இந்திய அளவில் முக்கிய ஊழலாக அமைந்தது. மத்திய அரசில் வர்த்தகம் மற்றும் தொழில் துறை செயலாளராக இருந்தவர் எஸ்.ஏ. வெங்கட் ராமன்.

இவர் நாட்டில் சைக்கிள் இறக்குமதி செய்வதற்காக நிறுவனம் ஒன்றிடம் இருந்து லஞ்சமாகப் பணம் வாங்கிய குற்றச்சாட்டு எழுந்தது. பின்னர் இந்த வழக்கு நாடு முழுவதும் எதிரொலித்து, கடைசியாக நீதிமன்றமும் விசாரணை நடத்தியது.

இந்தக் குற்றச்சாட்டு உண்மை என்று நிரூபிக்கப்பட்டு வெங்கட்ராமன் சிறையில் அடைக்கப்பட்டார்.

முந்த்ரா ஊழல்

கொல்கத்தாவைச் சேர்ந்த முந்த்ரா என்னும் தொழிலதிபர் தொடக்கத்தில் ஒரு பல்பு நிறுவனத்தின் சாதாரண விற்பனைப் பிரதிநிதியாக இருந்தார். ஆனால் 1950ஆம் ஆண்டிற்குப் பிறகு இவரது நிலைமை முற்றிலும் மாறிவிட்டது.

இவர் ஒரு கோடீஸ்வரராகிவிட்டார். இவரது சொத்தின் மதிப்பு 4 கோடி ரூபாய். அன்றைய காலக்கட்டத்தில் ஒரு கோடி ரூபாய் என்பது மிகப் பெரிய பணமாக இருந்தது. இவர் ஆறு நிறுவனங்களின் அதிபராகத் திகழ்ந்தார்.

டி.டி.கிருஷ்ணமாச்சாரி

இதனிடையே 1956ஆம் ஆண்டுவாக்கில் முந்த்ராவின் நிறுவனங்கள் பெரும் இழப்பைச் சந்திக்க நேரிட்டது. ஒரு கட்டத்தில் அவை அனைத்தும் முழுகும் நிலைக்குப் போய் விட்டன.

இந்நிலையில் 1957ஆம் ஆண்டு டிசம்பர் மாதம் 16ஆம் தேதி ஃபெரோஸ் காந்தி ஒரு புகாரைப் பகிரங்கமாகத் தெரிவித்தார். ஜவஹர்லால் நேருவின் மருமகன்தான் ஃபெரோஸ் காந்தி. அதாவது நேருவின் ஒரே மகள் இந்திரா காந்தியின் கணவர்.

இவர் தெரிவித்த புகார் என்னவென்றால், முந்த்ராவிற்குச் சொந்தமான நிறுவனப் பங்குகளை அரசுக்குச் சொந்தமான எல்ஐசி நிறுவனம் வாங்கி ஒன்றரை கோடி ரூபாயை இழந்தது.

அதாவது முந்த்ராவின் நிறுவனங்கள் மூழ்கிக் காணாமல் போய்விடுவதைத் தவிர்ப்பதற்காகவும், அவற்றைக் காப்பாற்றுவதற்காகவும் அந்நிறுவனப் பங்குகளை அரசுத்துறை நிறுவனமான எல்ஐசி வாங்குமாறு தூண்டப்பட்டது.

ஃபெரோஸ் காந்தி நாடாளுமன்றத்தில் இந்தக் குற்றச்சாட்டைத் தெரிவிப்பதற்கு முன்பாக ஒரு விஷயத்தைக் குறிப்பிட்டார்.

"நிதி அமைச்சர் டிடி. கிருஷ்ணமாச்சாரி என்னை நேரு குடும்பத்தின் வளர்ப்பு நாய் என்று கூறுகிறார். அவர் தன்னை நாடாளுமன்றத்தின் தூண்களில் ஒருவர் என்றும் கூறிக்கொள்கிறார். ஒரு நாய், தூணைப் பார்த்தால் என்ன செய்யுமோ அதை நான் இப்போது செய்யப் போகிறேன்" என்று கிண்டலாகச் சொல்லிவிட்டுத்தான் தனது குற்றச்சாட்டை முன்வைத்தார்.

முந்த்ராவின் நிறுவனப் பங்குகளை எல்ஐசி வாங்குமாறு உத்தரவிட்டவர் அப்போதைய நிதித்துறை செயலர் ஹரிபாய் பட்டேல். அன்றைய மத்திய நிதி அமைச்சராகப் பதவி வகித்தவர் டிடிகே. என்னும் டிடி. கிருஷ்மாச்சாரி.

அதாவது முந்த்ராவிற்குச் சாதகமாக நடந்துகொண்டு அரசுக்குப் பெரும் இழப்பை ஏற்படுத்திவிட்டனர் என்பதுதான் ஃபெரோஸ் காந்தியின் குற்றச்சாட்டு.

இத்துடன் அவர் நின்றிருந்தால் பரவாயில்லை. இது தொடர்பாக மற்றொரு அதிர்ச்சித் தகவலையும் அவர் வெளியிட்டு அனைவரையும் திகைப்பில் ஆழ்த்தினார்.

அதாவது இதற்கு நன்றி தெரிவிப்பதைப்போல இரண்டரை லட்சம் ரூபாயைத் தேர்தல் நிதியாக காங்கிரஸ் கட்சிக்கு முந்த்ரா கொடுத்தார்.

பரவலாக இந்தக் குற்றச்சாட்டு நாடு முழுவதும் பேசப்பட்டு பெரும் பரபரப்பை எட்டியது.

எனினும் இந்தக் காலக்கட்டத்தில் அரசு முந்த்ராவிற்கு நிபந்தனை ஒன்றையும் விதித்திருந்தது. கான்பூரில் உள்ள முந்த்ரா மில்லை மூடினால் ஆயிரக்கணக்கான தொழிலாளர்கள் வேலை இழக்க நேரிடும் என்பதால் அதை மூடக்கூடாது என்பதுதான் அந்த நிபந்தனை.

இந்த நிபந்தனையை முந்த்ராவும் ஏற்றுக்கொண்டார்.

முதலீட்டுக் குழுவின் ஒப்புதலைப் பெறாமல் முந்த்ராவின் பங்குகளை எல்ஐசி வாங்கியது மிகப் பெரிய முறைகேடு என்பது தான் ஃபெரோஸ் காந்தியின் குற்றச்சாட்டு. இந்தச் சம்பவத்தில் ஃபெரோஸ் காந்தியோடு அனைத்து எதிர்க்கட்சிகளும் சேர்ந்து கொண்டு குரல் கொடுத்தன. இத்தனைக்கும் ஃபெரோஸ் காந்தியும் காங்கிரஸ் கட்சியின் நாடாளுமன்ற உறுப்பினராகத்தான் இருந்தார்.

அரசுக்கு எதிராக இந்த விவகாரத்தில் குரல்கள் எழுப்பப் பட்டதால் உடனடியாக மும்பை உயர்நீதிமன்ற முன்னாள் தலைமை நீதிபதியாக இருந்த எம்.சி. சாக்ளா என்பவரின் தலைமையில் விசாரணைக் கமிஷன் ஒன்றை அமைத்தார் பாரதப் பிரதமர் நேரு.

விசாரணைக்குப் பிறகு அந்த சாக்ளா கமிஷன் அறிக்கை ஒன்றைச் சமர்ப்பித்தது.

'முந்த்ராவின் பங்குகளை வாங்க உத்தரவிட்டது நிதிச் செயலர் என்றும், அதற்குத் தார்மீகப் பொறுப்பு நிதி அமைச்சரையே சாரும் என்றும்' அறிக்கை தெளிவாகக் குறிப்பிட்டிருந்தது.

இந்த நீதி விசாரணைக்குப் பிறகு நடந்த ஊழலுக்குப் பொறுப்பேற்று அமைச்சர் பதவியில் இருந்து டி.டி.கே. ராஜினாமா செய்துவிட்டார்

இவை அனைத்தும் ஒரே மாதத்திற்குள் முடிந்துவிட்டன. போலிப் பங்குகளை விற்றதற்காக முந்த்ராவிற்கு 22 ஆண்டுகள் சிறைத்தண்டனை வழங்கப்பட்டு சிறையில் அடைக்கப்பட்டார்.

சைக்கிள் இறக்குமதி ஊழல்

மத்திய தொழில் மற்றும் வர்த்தகத் துறை செயலராகப் பதவி வகித்த எஸ்.ஏ. வெங்கட்ராமன் என்பவர் 1951ஆம் ஆண்டு சைக்கிள் உதிரி பாகங்களை வெளிநாட்டில் ஒரே நிறுவனத்திடம் இருந்து இறக்குமதி செய்வதற்கு ஆணையிட்டதில் பெருமளவில் ஊழல் நடைபெற்றதாகப் புகார் ஒன்று எழுந்தது.

பின்னர் இந்த ஊழல் புகார் உண்மை என்பது நிரூபிக்கப் பட்டு வெங்கட்ராமன் மூன்று ஆண்டுகள் சிறைத்தண்டனையை அனுபவித்தார்.

ஆனால் இந்த ஊழல் சம்பவம் நிகழ்ந்து ஆறு ஆண்டு களுக்குப் பிறகு சிராஜுதீன் என்பவரின் டைரியில் இருந்த குறிப்புகள் திடுக்கிடும் தகவலைத் தெரிவிப்பதாக அமைந்தது.

முகமது சிராஜுதீன் என்பவர் அப்போது வட இந்தியாவின் மிகப் பெரிய வர்த்தகராகத் திகழ்ந்தார். இவர் ஏராளமான சுரங்கங்களின் அதிபராகவும் திகழ்ந்தார்.

இவரது டைரிக் குறிப்பிகளில் இருந்து ஒடிசா மாநில சில அரசியல்வாதிகள் சிராஜுதீனிடம் இருந்து கமிஷன் தொகையைப் பெற்று வந்துள்ள தகவல் அம்பலமானது.

இவரது தொழில் மற்றும் வர்த்தகம் செழுமை பெறுவதற்காக நிறைய அரசியல்வாதிகளோடு நெருங்கிய தொடர்பினைக் கொண்டிருந்த விஷயமும் தெரியவந்தது.

ஆக, சைக்கிள் இறக்குமதி ஊழலிலும் சிராஜுதீன் சம்பந்தப் பட்டிருந்ததும், ஒரு குறிப்பிட்ட நிறுவனத்திடம் இருந்து நிறைய தொகையை கமிஷனாகப் பெற்றுக்கொள்வதற்கு முழுமையான காரணகர்த்தாவும் இவர்தான் என்பதும் தெளிவாகவே தெரிந்தது.

ஆனாலும் உண்மையான இந்தக் குற்றவாளி மீது எந்தவித நடவடிக்கையும் எடுக்கப்படவில்லை. இதற்கு என்ன காரணம் என்பது இன்று வரைத் தெளிவுபடுத்தப்படவும் இல்லை.

ஆனால் பிற்பாடு இந்த சைக்கிள் இறக்குமதி ஊழல் தொடர்பாக அப்போதைய மத்திய சுரங்கம் மற்றும் எரிவாயுத் துறை அமைச்சர் கேசவ் தேவ் மாளவியா பத்தாயிரம் ரூபாயைக் கமிஷனாகப் பெற்றார் என்பது உறுதி செய்யப்பட்டது. இதனையடுத்து மாளவியா தனது அமைச்சர் பதவியை ராஜினாமா செய்தார்.

பிரதாப் சிங் கைரோன்

இந்த ஊழல்கள் மட்டுமல்லாமல் 1956ஆம் ஆண்டில் நடந்த காசி இந்துப் பல்கலைக் கழகப் பணம் கையாடல் மோசடியும் அப்போது பரபரப்பாகப் பேசப்பட்ட ஊழல் ஆகும்.

காசி பல்கலைக் கழக அதிகாரிகள் சிலர் சேர்ந்து பல்கலைக் கழகத்திற்குச் சொந்தமான 50 லட்சம் ரூபாய் பணத்தைக் கையாடிய தாகக் குற்றச்சாட்டு எழுந்தது. கல்வி நிறுவனம் ஒன்றில் எழுந்த முதல் ஊழல் குற்றச்சாட்டு இது என்பது குறிப்பிடத்தக்கது.

1960ஆம் ஆண்டு நடந்த தேஜா கடன் ஊழல் மிகப் பிரபல மான ஊழல். கப்பல் தொழிலில் கொடி கட்டிப் பறந்தவர் ஜெயந்த் தர்மா தேஜா. இவரது ஜெயந்த் கப்பல் நிறுவனத்திற்காக 22 கோடி ரூபாய் வங்கியில் கடனாகப் பெற்றார்.

ஆனால் 1960ஆம் ஆண்டு நடைபெற்ற சோதனை ஒன்றின் போது கடனாக வாங்கிய பணத்தை கப்பல் நிறுவனத்திற்காகப் பயன்படுத்தாமல் அவரது சொந்த நலனுக்காகப் பயன்படுத்தியதை அதிகாரிகள் கண்டறிந்தனர். இந்தக் குற்றச்சாட்டிற்குப் பிறகு தேஜா நாட்டை விட்டு வெளியேறினார்

1963ஆம் ஆண்டு பிரதாப் சிங் கைரோன் ஊழல் பரபரப்பாக பேசப்பட்டது. இந்தியாவிலேயே முதன்முதலாக ஊழல் புகாரில் சிக்கிய முதல்வர் இவர்தான்.

பஞ்சாப் முதல்வராகப் பதவி வகித்த கைரோன், தனது அதிகாரத்தைத் துஷ்பிரயோகம் செய்ததாகக் குற்றச்சாட்டு எழுந்தது. அதாவது தனது அதிகாரத்தையும், செல்வாக்கையும் பயன்படுத்தி அவரது மகன்கள், உறவினர்கள் ஆகியோர் முறைகேடான வழியில் பல தவறுகளைச் செய்வதற்கு வழிவகை செய்தார் பிரதாப் சிங் கைரோன்.

இந்தக் குற்றச்சாட்டை அடுத்து அந்த ஆண்டின் இறுதி வாக்கில் தனது முதல்வர் பதவியை ராஜினாமா செய்தார்.

ஒடிசா மாநிலத்தின் முதல்வராகப் பதவி வகித்த பிஜு பட்நாயக் மீது 1965ஆம் ஆண்டு ஊழல் புகார் எழுந்தது.

கலிங்கா ட்யூப் என்னும் அவரது சொந்த நிறுவனத்திற்கு அரசு ஒப்பந்தங்களை இரகசியமாக வழங்கி பெருமளவில் லாபம் ஈட்டியதுதான் இவர் மீதான புகார். ஒரு மாநில முதல்வர் என்னும் அதிகாரத்தைத் தவறாகப் பயன்படுத்திய இந்தக் குற்றச்சாட்டை அடுத்து பிஜு பட்நாயக் தனது பதவியை விட்டு விலகினார்.

இப்படித்தான் நாடு சுதந்திரம் பெற்ற பிறகு பதவியில் அமர்ந்த சிலர் தங்கள் அதிகாரத்தைப் பயன்படுத்தி சில தவறுகளைச் செய்யத் தொடங்கினார்கள். அந்தத் தவறு இன்று பல்கிப் பெருகி அடக்க முடியாத அளவிற்குப் போய்விட்டது.

3 நகர்வாலா ஊழல்

'மக்களுடன் மக்களாக ஆட்சியாளர்கள் கலந்து பணியாற்ற வேண்டுமானால் ஆடம்பரப் பங்களாக்கள் கூடாது, எளிய இல்லங் களிலேயே வாழவேண்டும்' என்றார் மகாத்மா காந்தி.

ஆனால் அவரது அறிவுரை, அவர் வளர்த்த காங்கிரஸ் கட்சியினராலேயே புறக்கணிக்கப்பட்டது என்பதுதான் நெஞ்சு விம்மும் உண்மை.

அந்த வகையில் நாட்டில் 1971ஆம் ஆண்டு நடந்த நகர்வாலா ஊழல் ரொம்பவும் பிரபலமான ஒன்று.

அது 1971ஆம் ஆண்டு மே மாதம் 21ஆம் நாள்.

டெல்லி நாடாளுமன்ற வீதியில் அமைந்திருந்த அரசுடைமை வங்கியான பாரத ஸ்டேட் வங்கியின் தலைமைக் காசாளர் வேத் பிரகாஷ் மல்ஹோத்ரா என்பவருக்கு ஒரு தொலைபேசி அழைப்பு வந்தது.

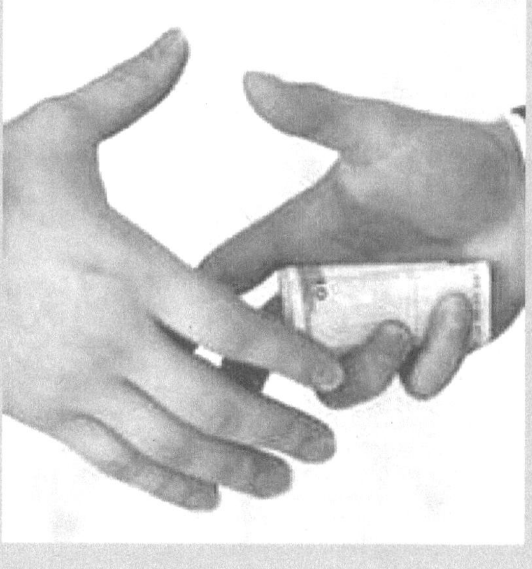

வழக்கம்போல யாரோ ஒரு வாடிக்கையாளர் அழைப்பதாக நினைத்து சாதாரணமாகத்தான் தொலைபேசியில் உரையாடினார் மல்ஹோத்ரா.

அது ஒரு பெண்ணின் குரல்

“நான் பிரதமர் இந்திரா காந்தி பேசுகிறேன். வங்கதேச சீக்ரட் மிஷனுக்காக அவசரமாக 60 லட்சம் ரூபாய் வேண்டும். இப்போதே பணத்தை எண்ணி வைத்துக் கொள்ளுங்கள். வங்கதேசத்தைச் சேர்ந்த நபர் ஒருவர் சற்று நேரத்தில் அங்கே வருவார். அந்தப் பணத்தை அவரிடம் கொடுத்து விடுங்கள். பின்னர் பிரதமர் அலுவலகத்திற்கு நேரில் வந்து அதற்குரிய ரசீதைப் பெற்றுச் செல்லுங்கள்” என்றார்.

காசாளருக்கு இது அதிர்ச்சியாக இருந்தது. சந்தேகமாகவும் இருந்தது.

ஆனால் தொலைபேசியில் பேசியவர் தம்மை பிரதமர் இந்திரா காந்தி என்று மீண்டும் அழுத்தமாகத் தெரிவித்ததோடு, தனது கட்டளைப்படி நடந்து கொள்ளுமாறு சற்று மிரட்டல் தொனியோடு கூறியதும் காசாளர் மல்ஹோத்ரா, அதற்கு இணங்கி னார்.

அடுத்த சில நிமிடங்களில் காரில் வந்திறங்கிய ஒருவர், தன்னை பிரதமர் இந்திரா அனுப்பி வைத்திருப்பதாகத் தெரிவித்தார். உடனடியாக 60 லட்சம் ரூபாய் பணத்தை அவரிடம் தக்க மரியாதையுடன் கொடுத்தார் காசாளர். அவரும் அதனைப் பெற்றுக் கொண்டு காரில் விரைந்து மறைந்தார்.

அப்போது கிழக்கு பாகிஸ்தான் என்று அழைக்கப்பட்ட தற்போதைய வங்கதேசம், பாகிஸ்தானோடு இணைந்து இருந்தது. 1971ஆம் ஆண்டு தொடக்கத்தில் இருந்தே பாகிஸ்தானில் இருந்து பிரிவினை கோரி வங்கதேசத்தில் போராட்டங்கள் நடந்து கொண்டிருந்தன.

அன்றைய காலக்கட்டத்தில் கிழக்கு பாகிஸ்தானின் பிரிவினைப் போராட்டத்திற்கு இந்தியாவில் பலத்த ஆதரவு இருந்தது. எனவேதான் வங்கதேசத்தைச் சேர்ந்தவர் என்றதும் காசாளருக்கு வேறு எந்தச் சந்தேகமும் வரவில்லை.

பின்னர் சற்று நேரம் கழித்து பிரதமர் அலுவலகத்திற்கு காசாளர் பணத்தைப் பெற்றுக் கொண்டதற்கான ரசீதைப் பெறுவதற்காகச் சென்றார்.

ஆனால் அங்கே சென்ற பிறகுதான் விஷயம் விபரீதமான திசையில் பயணித்திருப்பதைப் புரிந்து கொண்டார்.

அதுபோல பணம் எதையும் யாரும் கேட்கவில்லை என்றும், எந்தவொரு நபரையும் அனுப்பிப் பணத்தைப் பெறவில்லை என்றும் திட்டவட்டமாக பிரதமர் அலுவலகம் தெரிவித்து விட்டது.

இடிந்துபோனார் மனிதர்.

இந்திராவைப் போலவே யாரோ தொலைபேசியில் பேசித் தன்னை ஏமாற்றி விட்டதை அறிந்து பதறிப்போனார்.

60 லட்சம் ரூபாய் என்பது அன்றைய நாளில் மிகவும் மதிப்பு மிக்க பணம்.

பய உதறல் ஏற்பட்டு உடனடியாகக் காவல் நிலையத்திற்குப் போய் புகார் அளித்தார் மல்ஹோத்ரா. இதனையடுத்து டெல்லி காவல்துறை உஷார்படுத்தப்பட்டது. நகரம் முழுவதும் கண்காணிப்பு தீவிரப்படுத்தப்பட்டது.

டெல்லி சர்வதேச விமான நிலையத்திலும் காவல்துறை தீவிர சோதனையில் ஈடுபட்டபோது ஒரு நபரின் நடவடிக்கை காரணமாக சந்தேகம் அதிகரித்தது. அவனது கையில் இருந்த பெட்டியை சோதனையிட்டபோது பெரும் பணம் அதிலிருந்தது கண்டுபிடிக்கப்பட்டது.

அவனைத் தனியாக அழைத்துச் சென்று தங்களது பாணியில் காவலர்கள் விசாரித்தபோது மொரீஷியஸ் நாட்டிற்குச் செல்லப் போகும் பயணி ஒருவரிடம் ஒப்படைப்பதற்காகவே அந்தப் பணத்தைக் கொண்டு சென்றதாகக் கூறினான்.

யார் அந்தப் பயணி என்கிற இரகசியம் வெளியிடப்படாமல் மறைக்கப்பட்டுவிட்டது.

இங்கே ஒரு விஷயத்தைக் குறிப்பிட வேண்டும்.

இந்திரா காந்திக்கு இரண்டு மகன்கள். ஒருவர் ராஜீவ் காந்தி. மற்றொருவர் சஞ்சய் காந்தி. அப்போது ராகுல் காந்தி விமான பைலட்டாகப் பணியாற்றி வந்தார்.

இளைய மகனான சஞ்சய் காந்திக்கு படிப்பு அவ்வளவாக வரவில்லை. ஆனால் கார் மெக்கானிசத்தில் மனிதர் கில்லாடியாகத் திகழ்ந்தார்.

இந்தியாவில் கோடீஸ்வரர்கள் மட்டுமே சொந்தமாகக் கார் வைத்துக் கொள்ள முடியும் என்ற நிலைதான் அப்போதிருந்தது. பெரும்பாலான மக்களும் சொந்தமாகக் கார் வைத்திருந்தால் நாடு முன்னேறிய நாடாக மாறிவிடும் என்று ஆசைப்பட்டார் சஞ்சய் காந்தி.

எனவே சிறிய கார் தயாரித்து சந்தையில் விற்பனை செய்தால் தமது ஆசை நிறைவேறும் என்றும், அதே நேரத்தில் தமக்கும் ஒரு லாபகரமான தொழிலாக அது அமையும் என்றும் நினைத்தார்.

மகனின் ஆசையை நிறைவேற்ற அன்னை இந்திரா முடிவு செய்தார். 40 ஆயிரம் ரூபாய்க்கு சிறிய காரை விற்பனை செய்யும் தொழிற்சாலை ஒன்றைத் தொடங்கும் திட்டம் ஒன்றை அரசு தயாரித்தது.

'மாருதி கார்' என்று அதற்குப் பெயர் சூட்டப்பட்டது. இந்த நாளோ காருக்கான இன்ஜின் தயாரிக்கும் பணி சஞ்சய் காந்திக்கு வழங்கப்பட்டது.

இதுபோன்ற ஒரு தருணத்தில் அந்தக் குறிப்பிட்ட நாளில் மொரீஷியஸ் நாட்டிற்குச் செல்வதற்காக சஞ்சய் காந்தி பெயரில் விமான டிக்கெட் ஒன்று பதிவு செய்யப்பட்டிருந்தது. ஆனால் கடைசி நிமிடத்தில் அவரது டிக்கெட் கேன்சல் செய்யப்பட்டது.

அது சரியாக டெல்லி விமான நிலையத்தில் லட்சக்கணக்கான பணத்துடன் சந்தேக நபர் பிடிபட்ட அதே நாள் என்பது குறிப்பிடத்தக்கது.

இங்கே இன்னொரு முக்கியமான விஷயத்தை நாம் தெரிந்து கொள்ள வேண்டும். அதாவது அன்றைய நாட்களில் மொரீஷியஸ் மற்றும் பெய்ரூட் போன்ற இடங்களில்தான் கறுப்பு மற்றும் கள்ளப் பணப் பரிவர்த்தனைகள் சர்வசாதாரணமாக நடைபெற்று வந்தன.

போகட்டும்.

இப்போது விஷயத்திற்கு வருவோம்.

விமான நிலையத்தில் கைது செய்யப்பட்ட அந்த நபர் யார்?

அவர் பெயர் ருஸ்தும் சோரப் நகர்வாலா. ஒரு முன்னாள் இராணுவ அதிகாரி.

வங்கி காசாளரிடம் இருந்து பெறப்பட்டதுதான் நகர்வாலா வைத்திருந்த பணம்..

ஒருசில தினங்களுக்குள் அந்த வழக்கு விசாரணை முடிவடைந்தது. நகர்வாலா குற்றவாளி என்று முடிவு செய்து அவருக்கு நான்கு ஆண்டுகள் சிறைத் தண்டனையும் அளிக்கப் பட்டது. எதற்காக இப்படியொரு பயங்கரமான முயற்சியில் நகர்வாலா ஈடுபட்டார்?

அவர் பாரத ஸ்டேட் வங்கியில் தனக்கு கடன் உதவி கேட்டு பலமுறை அணுகியுள்ளார். ஆனால் அவரது விண்ணப்பத்தை வங்கி நிராகரித்து அவருக்குக் கடன் வழங்க மறுத்துவிட்டது.

எப்படியாவது பணம் வேண்டுமென்ற நெருக்கடியான நிலையில் இருந்த நகர்வாலா, ஒரு பொதுத் தொலைபேசி நிலையத்தில் இருந்து வங்கி காசாளர் மல்ஹோத்ராவை அழைத்துப் பேசி பணம் பெற்று மோசடி செய்துள்ளார். இதற்காக அவர் பிரதமர் இந்திரா காந்தியைப்போலவே தொலைபேசியில் பேசி காரியத்தைச் சாதித்துள்ளார்.

இப்படித்தான் அதற்கு விளக்கம் அளிக்கப்பட்டு வழக்கும் முடிக்கப்பட்டது.

ஆனாலும் இந்த விளக்கத்தை அப்படியே ஏற்றுக்கொள்ள எதிர்க்கட்சிகள் தயாராக இல்லை. இதில் பல்வேறு சந்தேகங்கள் எழுப்பப்பட்டன.

'வங்கியில் குரலை மாற்றிப் பேசி பணத்தை மோசடியாக எடுத்தவர் என்று யாரோ ஒரு அப்பாவியான நகர்வாலா என்பவரைக் காட்டி உள்ளனர். ஆனால் மாருதி கார் நிறுவனத்திற்காக சஞ்சய் காந்தியிடம் கொடுப்பதற்காக விமான நிலையத்திற்கு வந்த பணம் இது. துரதிர்ஷ்டவசமாக பணப் பெட்டியுடன் வந்தவர் காவல்துறையிடம் சிக்கிக்கொண்டார். இந்தப் பிரச்சனையில் நகர்வாலா ஓர் அப்பாவி. ஏற்கெனவே அவர் திக்குவாய். நிச்சயமாக அவரால் குரலை மாற்றிப் பேசுவது என்பது முடியாத ஒன்று" என்பதுதான் எதிர்க்கட்சிகளின் வாதமாக இருந்தது.

மோசடி நடந்த பாரத ஸ்டேட் வங்கி

'ஒரு தொலைபேசி அழைப்பின் மூலமாக மட்டும் வங்கியில் இருந்து 60 லட்சம் ரூபாயை எப்படி எடுக்க முடியும்?' என்ற கேள்வி நாடு முழுவதும் எழுந்தது.

'அப்படியானால் இதேபோன்று பலமுறை பிரதமர் பணம் எடுத்து வந்திருக்க வேண்டும். அதனால்தான் இந்த முறையும் அப்படியே நடந்திருக்கிறது' என்ற சந்தேகமும் தோன்றியது.

இந்நிலையில் இந்த வழக்கில் தண்டனை பெற்று சிறையில் இருந்தபோதே நகர்வாலா மர்மமான முறையில் இறந்து போனது பெரும் அதிர்ச்சியை ஏற்படுத்தியது.

மேலும் இந்த வழக்கை புலன் விசாரணை செய்த போலீஸ் இன்ஸ்பெக்டர் காஷ்யப் என்பவர் விபத்து ஒன்றில் மரணமடைந்தார்.

காஷ்யப் மரணம் தொடர்பாக ராமநாதன் என்பவர் விசாரணை நடத்தினார். அவரும் டெல்லியில் இருந்து ஆக்ரா செல்லும் வழியில் லாரி மோதி உயிரிழந்தார்.

இவ்வாறு நகர்வாலா வழக்கில் தொடர்புடைய முக்கிய மானவர்கள் அடுத்தடுத்து இறந்து போனது மக்கள் மத்தியில் இன்னும் சந்தேகத்தை அதிகரித்தது.

மேலும் நகர்வாலா ஊழலை நாடாளுமன்றத்தில் அம்பலப் படுத்தியவர் மார்க்சிஸ்ட் கம்யூனிஸ்ட் கட்சி உறுப்பினர் ஜோதிர் மயி பாசு என்பவர். நெருக்கடிநிலைக் காலத்தில் பிற தலைவர் களோடு இவரும் கைது செய்யப்பட்டு சிறையில் தள்ளப்பட்டார். ஆனால் அங்கு அவர் பெரும் சித்ரவதை செய்யப்பட்டு குற்றுயிரும் குலைஉயிருமாக வெளியே வந்தார். சில தினங்களில் இறந்தும் போனார்.

இவற்றுக்கெல்லாம் முத்தாய்ப்பாக மற்றொரு சம்பவமும் நிகழ்ந்தது.

பின்னாளில் மாருதி கார் நிறுவனமானது 'மாருதி உத்யோக்' என்று பெயர் மாற்றம் செய்யப்பட்டது. இந்த நிறுவனத்தின் நிர்வாக இயக்குநராக நியமிக்கப்பட்டவர் யார் தெரியுமா?

பாரத ஸ்டேட் வங்கியில் தலைமைக் காசாளராக இருந்த மல்ஹோத்ரா.

மாருதி சிறிய கார் பற்றிப் பல்வேறு முரண்பாடுகள் அப்போது எழுந்தன.

மாருதி கார் முற்றிலும் உள்நாட்டிலேயே தயாரிக்கப்பட இருப்பதாகத்தான் அரசு அறிவித்தது. அதிலும் இன்ஜின் தயாரிப்புப் பணி முற்றிலும் சஞ்சய் காந்தியிடம் வழங்கப்பட்டது.

ஆனால் காரின் இன்ஜின்கள் மேற்கு ஜெர்மனியில் இருந்து இறக்குமதி செய்யப்பட்டவை என்று அப்போதைய முக்கிய எதிர்க் கட்சியான சோசலிஸ்ட் கட்சித் தலைவர் மதுலிமாயி குற்றம் சாட்டினார்.

இதற்கான ஆதாரங்களையும் அவர் வெளியிட்டார். மேற்கு ஜெர்மனி பொறியாளர்களை மாருதி நிறுவனம் அமர்த்தியதையும், அந்நாட்டில் இருந்து இன்ஜின்கள் தருவிக்கப்பட்டு துறைமுகத்தில் இருந்து நிறுவனத் தலைவர் எவ்வாறு எடுத்து வந்தார் என்பதையும் தெளிவாகப் புள்ளிவிவரத்துடன் மதுலிமாயி குறிப்பிட்டார்.

இவ்வாறு பல்வேறு சந்தேகங்கள், கொலைகள், பண மோசடிகள் என்று நகர்வாலா வழக்கில் சூழ்ந்து கிடந்தன. ஆனாலும் இந்த வழக்கில் மக்கள் மத்தியிலும், எதிர்க்கட்சி களிடமும் எழுந்த சந்தேகங்களுக்கு காங்கிரஸ் அரசுத் தரப்பில் எந்தவிதமான விளக்கமும் முறையாக அளிக்கப்படவில்லை.

நகர்வாலா வழக்கின் இரகசியங்கள் பலவும் அம்பலத்திற்கு வராமல் அப்படியே சமாதி கட்டிப் புதைக்கப்பட்டுவிட்டது என்பதே உண்மை.

1976ஆம் ஆண்டு நெருக்கடி நிலைப் பிரகடனம் அமலில் இருந்த காலக்கட்டத்தில் குவோ எண்ணெய் ஊழல் பிரபலமாகப் பேசப்பட்டது.

அரசு நிறுவனமான இந்திய ஆயில் கார்ப்பரேஷன் பெட்ரோல் வாங்குவதற்காக ஹாங்காங் நாட்டைச் சேர்ந்த குவோ ஆயில் நிறுவனத்துடன் ஓர் ஒப்பந்தம் செய்து கொண்டது. ஆனால் இதற்காக 2.2 கோடி ரூபாய் லஞ்சமாக அந்த நிறுவனத்திடம் இருந்து பெறப்பட்டதாகக் குற்றச்சாட்டு எழுந்தது.

அப்போதைய பெட்ரோலியம் மற்றும் இரசாயனத் துறை அமைச்சர் நேரடியாக இந்த ஒப்பந்தத்தில் கையெழுத்திட்டதால் அவர் மீதுதான் குற்றச்சாட்டு எழுந்தது.

4 போபர்ஸ் பீரங்கி ஊழல்

ஊழல்கள் 1980களில் சற்று அதிகரித்துத்தான் போயிற்று. அந்துலே ஊழல், போபர்ஸ் பீரங்கி ஊழல் மற்றும் செயின்ட் கிட்ஸ் ஊழல் ஆகியவை பரவலாகப் பேசப்பட்ட ஊழல்களாகும்.

அந்துலே ஊழல்

அப்துல் ரஹ்மான் அந்துலே என்பது இவரது முழுப்பெயர். சுருக்கமாக ஏ.ஆர். அந்துலே. 1980ஆம் ஆண்டு மராட்டிய முதல்வர் பதவியை வகித்தார் இவர்.

அதற்கு முன்பாக மத்திய அமைச்சராகப் பதவி வகித்தவர். இந்திரா காந்தியின் இளைய மகன் சஞ்சய் காந்தியின் நெருங்கிய நண்பர். அந்துலேவை மராட்டிய முதல்வராக்கிய பெருமையும் சஞ்சய் காந்திக்கே சேரும்.

1980ஆம் ஆண்டு இந்திரா காந்தி நாட்டின் பிரதமராகப் பதவி வகித்தபோதுதான் அந்துலே முதல்வராக இருந்தார். அப்போது 'இந்திரா காந்தி பிரதிஷ்டான்' என்னும்

அறக்கட்டளை ஒன்றை இவர் துவக்கினார். கலை இலக்கிய வளர்ச்சிதான் இந்த அறக்கட்டளையின் முக்கிய நோக்கமாக சொல்லப்பட்டது.

மேலும், வேறு சில அறக்கட்டளைகளையும் இவர் துவக்கி னாலும் இதுதான் மிகவும் பிரபலம்.

இந்த அறக்கட்டளைகள் மூலம் எப்படிப் பணம் சம்பாதிப் பது என்னும் புதிய வழிகாட்டுதலை நாட்டிற்கு அறிமுகம் செய்து வைத்த பெருமை இவரையே சேரும்.

இந்திரா காந்தி பிரதிஷ்டான் அறக்கட்டளைக்கு நிதி வசூல் செய்வதற்கு ஒரு புதிய நடைமுறையை உருவாக்கினார். அதாவது இந்த அறக்கட்டளைக்கு நிதிஉதவி செய்பவர்களுக்கு சிமெண்ட் ஒதுக்கீடு செய்து நன்றி விசுவாசத்தைக் காண்பித்தார். இதன்மூலம் பெரிய அளவில் ஊழலில் ஈடுபட்டதாக அப்போது புகார் எழுந்தது.

இந்த அறக்கட்டளைக்கு வருமான வரிவிலக்கு அளிக்கப் பட்டதுதான் உச்சகட்ட அவமானம். இதற்கு நன்கொடையாக ஏ.ஆர். அந்துலே அளித்த தொகை வெறும் 501 ரூபாய் மட்டுமே.

கொங்கண் உன்னாதி மித்ர மண்டல் அமைப்பிற்கு 12.6 கோடி ரூபாயும், ராய்காட் ஜில்லா பிரதிஷ்டானுக்கு 1.9 கோடி ரூபாயும், மஹாசாலி பிரதிஷ்டான் அமைப்புக்கு 96 லட்சம் ரூபாயும் நிதி வசூலிக்கப்பட்டது. இந்திரா காந்தி பிரதிஷ்டான் அமைப்புக்கு 5.2 கோடி ரூபாய் நிதி வசூலிக்கப்பட்டது.

இந்த அறக்கட்டளைகள் அனைத்தின் மீதும் அந்துலேவுக்கு முழுக்கட்டுப்பாடு இருந்தது குறிப்பிடத்தக்கது. மட்டுமல்லாமல் அந்துலேவுக்குப் பிறகு அவரது மனைவியும், அதற்குப் பிறகு அவரது மூத்த மகனும் மட்டுமே பொறுப்புக்கு வரும் வகையில் அறக்கட்டளை விதிகள் உருவாக்கப்பட்டன.

அதாவது இந்த அறக்கட்டளைகள் அனைத்துமே அந்துலே வின் குடும்பச் சொத்தாக இருக்கும் வகையில் முன்னேற்பாடுகள் செய்யப்பட்டன.

அறக்கட்டளைகளுக்குப் பெருமளவு நிதி உதவி செய்த கட்டட நிறுவனங்களுக்கு அதிக அளவில் சிமெண்ட் ஒதுக்கீடுகள் அளிக்கப்பட்டன.

இவ்வாறு செய்ததன் மூலம் அரசு மற்றும் அரசு சாரா

நிறுவனங்களுக்கும், பொதுமக்களுக்கும் சிமெண்ட் ஒதுக்கீடு கிடைக்காத நிலை ஏற்பட்டது.

இதன் காரணமாக மும்பை மாநகராட்சி வெளிச் சந்தையில் சிமெண்ட் வாங்கித் தனது மக்கள் சேவைத் திட்டங்களை நிறை வேற்ற வேண்டிய இக்கட்டான நிலைக்குத் தள்ளப்பட்டது. இவ் வாறு வெளிச் சந்தையில் சிமெண்ட் வாங்கியதால் மும்பை மாநக ராட்சிக்கு ஒன்றரைக் கோடி ரூபாய் வரை இழப்பு ஏற்பட்டது.

எனவே மாநகராட்சி சார்பில் குழு ஒன்று அமைக்கப்பட்டு, அவர்கள் முதல்வர் அந்துலேயை நேரில் சந்தித்துத் தங்களுக்குச் சேர வேண்டிய சிமெண்ட் ஒதுக்கீடு கிடைக்கவில்லை என்ற புகாரைத் தெரிவித்தனர்.

இந்தப் புகார் மெல்லக் கசிந்து பலரும் இதைப்பற்றிப் பேசத் தொடங்கினர். அந்துலே ராஜினாமா செய்ய வேண்டும் என்று பொதுமக்கள் குரலெழுப்பத் தொடங்கினர்.

இந்நிலையில் மிருனாள் கோரே, கே. தேசாய், பி.பி. சாமந்த் ஆகியோர் இதுகுறித்து அந்துலேவுக்கு எதிராக வழக்கு ஒன்றைத் தொடர்ந்தனர்.

இந்த வழக்கு விசாரணை நடைபெற்று 1982ஆம் ஆண்டு ஜனவரி மாதம் 12ஆம் தேதி மும்பை உயர்நீதிமன்ற நீதிபதி

ஏ.ஆர்.அந்துலே

பி.லெண்டின் என்பவர் 74 பக்கத் தீர்ப்பு ஒன்றை வழங்கினார்.

'அறக்கட்டளைக்கு நன்கொடை என்னும் பேரில் கட்டட நிறுவனங்களிடம் ஏ.ஆர். அந்துலே லஞ்சம் பெற்றார்' என்று அந்தத் தீர்ப்பில் தெரிவிக்கப்பட்டது. '1981ஆம் ஆண்டு ஜூன் 23ஆம் தேதி முதல் ஜூலை மாதம் 4ஆம் தேதி வரையில் 26.6 லட்சம் ரூபாய் லஞ்சமாகப் பெற்றார்' என்றும் நீதிபதி தனது தீர்ப்பில் குறிப்பிட்டிருந்தார்.

மேலும் அந்துலேவின் இந்தச் செயல்பாட்டிற்கு நீதிபதி கடும் கண்டனத்தையும் தெரிவித்தார்.

எனவே வேறு வழியில்லாமல் ஏ.ஆர். அந்துலே முதல்வர் பதவியில் இருந்து விலகினார்.

நீதிமன்றம் கண்டனம் தெரிவித்தபோதிலும் அந்துலே மீது நடவடிக்கை எடுக்க அப்போதைய பிரதமர் இந்திரா காந்தி முன்வரவில்லை.. மட்டுமல்லாமல் அவரைப் பாதுகாப்பதில் அதிகக் கவனம் செலுத்த ஆரம்பித்தார்.

'இவை அனைத்துமே உண்மை கிடையாது' என்று திட்ட வட்டமாகப் பேசினார் இந்திரா காந்தி.

அதேநேரத்தில் தமக்கு எதிராக வழங்கப்பட்ட தீர்ப்பை எதிர்த்து மும்பை உயர்நீதிமன்ற கமிஷன் பெஞ்சிடம் மேல்முறையீடு செய்தார்.

ஆனாலும் அந்துலேவின் இந்த முறையீட்டை நீதிமன்றம் தள்ளுபடி செய்து உத்தரவிட்டது.

பின்னர் இது உச்சநீதிமன்றத்திற்குச் சென்றது. இறுதியாக 1988ஆம் ஆண்டு இந்த வழக்கின் உயர்நீதிமன்றத் தீர்ப்பை உச்ச நீதிமன்றமும் ஆமோதித்தது. அத்துடன் இந்த வழக்கு முடிவிற்கு வந்தது.

உண்மையில் சொல்லப்போனால் இந்திரா காந்தி அறக்கட்டளைக்கு சிமெண்ட் நிறுவனம் ஒன்று அதிகமாகப் பணம் கொடுத்து வருவதை முதலில் கண்டுபிடித்தவர் அருண்ஷோரி. அந்தக் குறிப்பிட்ட சிமெண்ட் நிறுவனத்திற்கு அரசின் சலுகைகள் அதிகமாகப் போய்க் கொண்டு இருந்ததும் வெளியே தெரிய ஆரம்பித்தது.

இந்த விவகாரத்தில் இந்திரா காந்தி அவமானப்பட்டு நிற்க வேண்டிய நிலைமை ஏற்பட்டது.

போபர்ஸ் பீரங்கி ஊழல்

கடந்த 1985ஆம் ஆண்டு இந்தியாவில் மிகப் பெரிய ஊழல் சுனாமி வீசியடித்தது.

அதன் பெயர் -

போபர்ஸ் பீரங்கி ஊழல்!

இந்தியாவில் இதற்கு முன்பு பல ஊழல்கள் நடந்திருந்தாலும் நாட்டின் உயரிய பதவியான பிரதமர் பதவியில் இருந்த ஒருவர் மீது நேரடியாக ஊழல் குற்றச்சாட்டு எழுந்தது அப்போதுதான்.

இந்த ஊழல்தான் பின்னர் பல்வேறு மிகப் பெரிய ஊழல்கள் நடப்பதற்கான அடித்தளமாக அமைந்தது என்பதை யாராலும் மறுக்க முடியாது.

இந்த ஊழலில் கையாளப்பட்ட தொகை 64 கோடி ரூபாய்.

பிரதமர் மட்டுமல்லாமல் இன்னும் சில பெரிய அரசியல் வாதிகள், அதிகாரிகள், இராணுவ அதிகாரிகளும் இந்த ஊழலில் ஈடுபட்டதாகக் குற்றச்சாட்டு எழுந்தது.

அதிகார சக்திமிக்கவர்களால் இந்த ஊழல் குற்றச்சாட்டு வெளியே தெரியாமல் அடக்கம் செய்யப்பட்டுவிட்டது. இந்த வழக்கில் யாருமே தண்டிக்கப்படவில்லை என்பது வருத்தம் தரும் உண்மை.

இந்திய அரசியலையே புரட்டிப்போட்ட போபர்ஸ் பீரங்கி ஊழல் மிகப் பெரிய பின்னணியைக் கொண்டது. பார்க்கலாம்.

சுவீடனைச் சேர்ந்த ஏ.பி. போபர்ஸ் என்னும் நிறுவனத்திடம் இருந்து இந்திய இராணுவத்திற்கு 400 கோடி ரூபாய் அளவிற்கு பீரங்கிகள் வாங்குவதற்காக ஒப்பந்தம் ஒன்று கையெழுத்தானது.

இதுதொடர்பாக நடைபெற்ற பேரத்தில் இந்திய அரசியல் தலைவர்கள் மற்றும் இராணுவ அதிகாரிகளுக்கு போபர்ஸ் நிறுவனம் சார்பில் 64 கோடி ரூபாய் லஞ்சம் தரப்பட்டது என்பது தான் புகார்.

நாட்டின் பாதுகாப்பு மிக முக்கியம் என்பதில் இருவேறு கருத்து இருப்பதற்கு சாத்தியமே கிடையாது. ஏனென்றால் நம் நாடு சீனாவுடன் ஒருமுறை, பாகிஸ்தானுடன் இருமுறை என்று போரில் ஈடுபட்ட அனுபவம் உண்டு.

மேலும் காஷ்மீரை விவாதத்திற்குரிய ஒன்றாக வைத்துக் கொண்டு பாகிஸ்தான் தொடர்ந்து அடாவடித்தனத்தில் ஈடுபட்டு வந்து கொண்டே இருந்தது. இன்னும் அது தொடர்ந்து கொண்டு தான் இருக்கிறது.

பாகிஸ்தானுக்கு சீனா ஆயுதத் தளவாடங்களை அனுப்பித் தருவதோடு, இன்னும் பல்வேறு வகையில் உதவிகளைச் செய்தும் வருகிறது.

இதுபோன்ற ஒரு பதற்றமான நிலை நீடித்துக் கொண்டே இருப்பதால் நாட்டில் இராணுவத்தையும், இராணுவ தளவாடங் களையும் கணிசமாக அதிகரிக்க வேண்டிய கட்டாயம் இந்தியாவிற்கு உண்டு.

இதற்காகத்தான் இராணுவத்தையும், நாட்டின் பாதுகாப்பை யும் இன்னும் பலம் பொருந்தியதாக வைத்திருக்க வேண்டி பீரங்கிகளை வாங்க இந்திய அரசு தீர்மானித்தது.

அப்போது காங்கிரஸ் கட்சி ஆட்சி நடந்து கொண்டிருந்தது. இந்திரா காந்தியின் மூத்த மகன் ராஜீவ் காந்தி பிரதமர். சுவீடன் நாட்டில் 'ஹவிட்சர்' என்னும் நவீன ரக பீரங்கிகளைத் தயாரித்து வந்த போபர்ஸ் நிறுவனத்திடம் அந்தப் பீரங்கிகளை வாங்க அரசு முடிவெடுத்தது. அந்த நிறுவனமும் பீரங்கிகளை இந்தியாவிற்கு விற்பனை செய்ய ஆர்வமாக இருந்தது.

போபர்ஸ் நிறுவனத்திடம் இருந்து பீரங்கிகளை வாங்கிட இத்தாலி நாட்டைச் சேர்ந்த பிரபல தொழிலதிபர் குட்ரோச்சி என்பவரை இந்த வியாபாரத்திற்கு இடைத்தரகராகச் செயல்பட இந்திய அரசு அணுகியது.

1985ஆம் ஆண்டு மார்ச் மாதம் 31ஆம் தேதிக்குள் இந்த ஒப்பந்தத்தைப் பெற்றுத் தந்தால் மொத்த தொகையில் மூன்று சதவீதம் பணத்தை கமிஷனாகத் தருவதாக போபர்ஸ் நிறுவனம் குட்ரோச்சியிடம் தெரிவித்தது.

'பணம் என்றால் பிணமும் வாயைப் பிளக்கும்' என்பார்கள். குட்ரோச்சி மனிதர்தானே! அதேபோல அரசியல் அதிகாரம் படைத்த நம்மவர்களும் அப்படித்தானே!

சில திட்டங்கள் வகுக்கப்பட்டன.

சில உறுதிமொழிகள் எடுக்கப்பட்டன.

அப்புறம் இதுதொடர்பான பணிகள் அனைத்தும் நம்பவே

ராஜீவ் காந்தி

முடியாத அளவிற்கு வேகமெடுத்தன.

இதனையடுத்து 1986ஆம் ஆண்டு மார்ச் மாதம் 24ஆம் தேதி அன்று இந்திய அரசுக்கும், போபர்ஸ் நிறுவனத்திற்கும் இடையே ஒப்பந்தம் ஒன்று ஏற்பட்டது.

மொத்தம் 400 பீரங்கிகளை போபர்ஸ் நிறுவனம் இந்தியாவிற்கு விற்பனை செய்ய வேண்டும் என்றும், இதன் மொத்த மதிப்பு ஆயிரத்து 437 கோடி ரூபாய் என்றும் அந்த ஒப்பந்தம் செய்து கொள்ளப்பட்டது.

இந்த ஒப்பந்தத்தின்படி போபர்ஸ் நிறுவனத்திற்கு முதல் தவணையாக 1986ஆம் ஆண்டு மே மாதம் 2ஆம் தேதி அன்று 296 கோடி ரூபாய் முன்பணமாக வழங்கப்பட்டது.

இந்த ஒப்பந்தத்தில் இந்திய அரசு விதிமுறையை மீறிவிட்டது என்ற குற்றச்சாட்டு எழுந்தது.

அதாவது, இந்திய இராணுவத்திற்குத் தேவையான பொருட்களை வாங்குவதில் இடைத்தரகர்களைப் பணியில் அமர்த்தக் கூடாது என்பது விதி.

ஆனால் இத்தாலியைச் சேர்ந்த குட்ரோச்சி இடைத்தரகராக நியமிக்கப்பட்டார்.

அத்துடன் துபாயைத் தலைமையிடமாகக் கொண்டு செயல் படும் சில நிறுவனங்களின் அதிபர் வின்சத்தா என்பவரும் இந்த விவகாரத்தில் இடைத்தரகராகச் செயல்பட்ட விவரமும் மெல்ல மெல்லக் கசிந்தது.

எனவே போபர்ஸ் நிறுவனத்திடம் இருந்து பீரங்கிகளை வாங்குவதில் ஊழல் நடப்பதற்கான வாய்ப்புகள் இருப்பதை எதிர்க்கட்சிகள் உணரத் தொடங்கின. அதற்கான விவரத்தைச் சல்லடை போட்டுத் தேடவும் தொடங்கின.

இந்நிலையில் 1987ஆம் ஆண்டு சுவீடன் வானொலியில் ஒரு செய்தி ஒலிபரப்பானது. இந்திய அரசின் ஒப்பந்தத்தைப் பெறுவதற் காக அந்நாட்டு முக்கிய தலைவர்களுக்கும், அதிகாரிகளுக்கும் போபர்ஸ் நிறுவனம் கமிஷன் கொடுத்ததாக அந்தச் செய்தி தெரிவித்தது.

அடுத்து ஜூன் மாதம் ஒன்றாம் தேதி அன்று சுவீடன் நாட்டு தேசியக் கணக்கு மையம் போபர்ஸ் பீரங்கி ஒப்பந்தத்தின்போது கமிஷன் அளிக்கப்பட்டதை உறுதி செய்தது.

போபர்ஸ் நிறுவனத்தின் தலைமை நிர்வாகச் செயல் அதிகாரியாக இருந்தவர் மார்ட்டின் ஆர்ட்போ. இவர், தனது டைரியில் இதுகுறித்து சில குறிப்புகளை எழுதி வைத்திருந்தார். அந்த டைரி வெளியாகி பெரும் பரபரப்பை ஏற்படுத்தியது.

அந்த டைரியில் நிறைய சங்கேத மொழிகளைப் பயன்படுத்தி இருந்தார் மார்ட்டின்.

அதாவது அவரது டைரிக் குறிப்பில் பல இடங்களில் 'க்யூ' மற்றும் 'ஆர்' என்னும் எழுத்துக்களைக் குறிப்பிட்டிருந்தார்.

மேலும் க்யூவிற்குப் பணம் கொடுத்தது தொடர்பான விவரமும் அதில் இருந்து.

'க்யூ' என்பது குட்ரோச்சியைக் குறிப்பதாக அனைவரும் சந்தேகம் தெரிவித்தனர்.

அப்படியானால் 'ஆர்?'

'ராஜீவ் காந்தி'தான் அந்த 'ஆர்' என்று பலரும் கணித்தனர்.

சுவீடன் அரசியல் களத்தில் இந்தச் செய்தி நெருப்பைப் பற்ற வைத்துவிட்டது.

நம் நாட்டிலோ வெறும் வாயை மென்று கொண்டிருந்த எதிர்க்கட்சிகளுக்கு அவல் கிடைத்தது போலாகியது.

இருநாட்டு அரசியல் களங்களும் சூடாகத் தொடங்கின.

போபர்ஸ் விவகாரம் நாட்டின் மூலை முடுக்கெல்லாம் பேச ஆரம்பித்தது.

முக்கியமான விஷயம் என்னவென்றால் குட்ரோச்சி, இவர் இத்தாலி நாட்டைச் சேர்ந்தவர். ராஜீவ் காந்தியின் மனைவி சோனியா காந்தியும் அதே நாட்டைச் சேர்ந்தவர்.

இது சந்தேகத்தை வலுப்படுத்தியது.

அடுத்து, குட்ரோச்சி, சோனியா குடும்பத்திற்கு மிகவும் நெருக்கமானவர் என்றும் கூறப்பட்டது.

இது, இந்த விவகாரத்தை மேலும் பெரிதாக்கியது.

இதனிடையே பாதுகாப்புத்துறை இணை அமைச்சராகப் பதவி வகித்த அருண்சிங் இந்த விவகாரம் தொடர்பாக கமிஷன் பெற்றது யார் என்பதை போபர்ஸ் நிறுவனம் தெளிவுபடுத்த வேண்டும் என்றும், இல்லையென்றால் ஒப்பந்தம் ரத்து செய்யப் படும் என்றும் ஒரு கோப அறிக்கையை வெளியிட்டார்.

அதேபோல, தேசத்தின் மரியாதை முக்கியம் என்றும், அதைக் காப்பாற்றும் வகையில் ஒப்பந்தத்தை ரத்து செய்துவிடத் தயார் என்றும் கொந்தளித்தார் இராணுவத் தலைமை அதிகாரி கே.சுந்தர்ஜி.

ஆனால் அப்போதைய பாதுகாப்புத்துறை செயலர் எஸ்.கே. பட்நாகர் இந்த விவகாரத்தில் மூக்கை நுழைத்து, அறிக்கையை மாற்றிக் கொள்ளுமாறு சுந்தர்ஜியை வலியுறுத்தினார்.

இதனைத் தொடர்ந்து நாடாளுமன்றத்தில் எதிர்க்கட்சிகள் இந்தப் பிரச்சனையைக் கிளப்பின. பெரும் அமளி துமளி ஏற்பட்

டது. நிலைமை கட்டுக்கடங்காமல் போவதைக் கவனித்த அன்றைய பிரதமர் ராஜீவ் காந்தி இந்தப் பிரச்சனைக்கு முற்றுப் புள்ளி வைக்க முடிவு செய்தார். 'போபர்ஸ் பீரங்கிகளை வாங்குவ தில் ஊழல் நடந்திருப்பதாகக் குற்றச்சாட்டப்படுவதை முற்றிலுமாக மறுத்தார்.

ஆனால் எதிர்க்கட்சியினர் இதனை ஏற்றுக்கொள்ளத் தயாராக இல்லை. மீண்டும் கூச்சல் குழப்பம் ஏற்பட்டு நாடாளு மன்ற இரு அவைகளும் திமிலோகப்பட்டன.

கடைசியாக இந்த விவகாரம் தொடர்பாக விசாரிப்பதற்காக நாடாளுமன்றக் கூட்டுக் குழு அமைப்பதாக அரசு அறிவித்தது. இந்தக் குழுவும் கமிஷன் பெறப்பட்டதை உறுதிசெய்தது.. மேலும் கணக்குத் தணிக்கையின் அறிக்கையும் முறைகேடுகள் நடந்தது என்று அறிவித்தது.

இவ்வாறு போபர்ஸ் பீரங்கி பேரத்தில் ஊழல் நடந்தது அம்பலத்திற்கு வந்த நிலையில் இந்து பத்திரிகையும் பல்வேறு ஆதாரங்களை வெளியிட்டு ஊழலை ஆணித்தரமாக உறுதிசெய்து நாட்டு மக்களுக்குத் தெரிவித்தது. இந்த விவகாரத்தில் கமிஷனாகப் பெறப்பட்ட மொத்தப் பணம் 64 கோடி ரூபாய்.

போபர்ஸ் நிறுவனத்தின் முன்னாள் முகவர் வின்சத்தா என்பவர் மூலமாக 38 கோடி ரூபாய் அளிக்கப்பட்டது. பின்னர் லண்டனில் உள்ள இந்துஜா சகோதரர்களான ஜி.பி. இந்துஜா, பிரகாஷ் இந்துஜா மற்றும் ஸ்ரீசந்த் இந்துஜா ஆகியோருக்குச் சொந்தமான கணக்கில் 16 கோடி ரூபாய் தரப்பட்டது. கடைசியாக ஏ இ சர்வீசஸ் மூலம் 10 கோடி தரப்பட்டது.

ஆக மொத்தம் 64 கோடி ரூபாய் கமிஷன் தொகையாக போபர்ஸ் நிறுவனம் வழங்கியுள்ளது.

வின்சத்தா என்பவர் இந்தச் சம்பவத்திற்குப் பிறகு ஐக்கிய அரபு எமிரேட்ஸில் போய் ஒளிந்து கொண்டார். இந்த விவகார சூடு தணிந்ததும் 2000ஆவது ஆண்டில் இந்தியா திரும்பினார். ஆனால் 2002ஆம் ஆண்டில் மனிதர் இறந்து போனார்.

குட்ரோச்சிக்குச் சொந்தமான நிறுவனம் கோல்பார் இன்வெஸ்ட்மென்ட்ஸ். இந்த நிறுவனத்திற்கு அந்தப் பணத்தை ஏ இ சர்வீசஸ் பின்னர் செலுத்தியது.

இதனையடுத்து கோல்பார் நிறுவனம், குட்ரோச்சியின் மற்றொரு நிறுவனமான வெட்டல்சென் ஓவர்சீஸ் என்னும் நிறுவனத்திற்கு அந்தப் பணத்தை மாற்றியுள்ளது.

போபர்ஸ் பீரங்கி

பின்னர் அங்கிருந்து சேனல் நிறுவனத்திடம் அந்தப் பணம் சேர்க்கப்பட்டது.

இத்தனைக்கும் பிறகு மீண்டும் தனது பயணத்தைத் தொடங்கிய அந்தத் தொகை, கடைசியாக ஆஸ்திரியா மற்றும் சுவிட்சர்லாந்தில் உள்ள வங்கிக் கணக்குகளில் பத்திரமாக சேர்க்கப் பட்டது.

இந்த வங்கிக் கணக்குகள் யாருக்குச் சொந்தமானவை என்பது தான் கேள்வி.

இந்தக் கேள்விக்கான விடையைத்தான் தேடி வருகின்றனர். பல்வேறு காரணங்களால் அது கிடைக்க மறுக்கிறது.

இதனிடையே இதுதொடர்பாக காங்கிரஸ் கட்சியில் நிகழ்ந்த அதிரடி மாற்றத்தையும் நாம் இங்கே பார்ப்பது நல்லது.

இந்திரா காந்தியின் படுகொலையைத் தொடர்ந்து அவரது மகன் ராஜீவ் காந்தி நாட்டின் பிரதமரானார். 1984ஆம் ஆண்டு நடந்த பொதுத் தேர்தலில் கணிசமான இடங்களைப் பெற்று பிரதமர் பதவியில் அமர்ந்த ராஜீவ், தனது அமைச்சரவையில் முக்கியத் துறையான நிதித் துறை அமைச்சராக வி.பி. சிங்கை நியமித்தார்.

அப்போது வரி ஏய்ப்பு செய்வோருக்கு எதிராகத் தீவிரமாகக் களமிறங்கினார் சிங். இதனால் ராஜீவ் காந்தியின் நெருங்கிய சகாக்களாகத் திகழ்ந்த திருபாய் அம்பானி, அமிதாப் பச்சன் உள்ளிட்டோர் நெருக்கடிக்கு உள்ளாகினர். இவர்கள் ராஜீவிடம் புகார் தெரிவிக்க, உடனடியாக நிதித்துறை வி.பி. சிங்கிடம் இருந்து பிடுங்கப்பட்டது. பதிலாக இராணுவ அமைச்சரானார்.

இந்தக் காலக்கட்டத்தில்தான் போபர்ஸ் ஊழல் குறித்த செய்தி சுவீடன் பத்திரிகையில் வெளியானது. இதனையடுத்து இராணுவத் துறையின் அமைச்சரான வி.பி. சிங் இது தொடர்பாகத் தீவிரமாக விசாரிக்கத் தொடங்கினார்.

இந்த ஊழல் தொடர்பான விஷயங்கள் அனைத்தையும் வி.பி. சிங் திரட்டி வைத்திருப்பதாக செய்திகள் வெளியாகின. இது ராஜீவ் காந்திக்குக் கோபத்தை வரவழைத்தது. அமைச்சர் பதவியில் இருந்து சிங் நீக்கப்பட்டார்.

இதனால் கோபமுற்ற வி.பி. சிங், தனது நாடாளுமன்ற உறுப்பினர் பதவியைத் தூக்கி எறிந்தார். காங்கிரஸ் கட்சியில் இருந்தும் விலகினார். இவர் ராஜினாமா செய்த அலகாபாத்

தொகுதியில் இடைத்தேர்தல் நடந்தபோது, அதில் தான் புதிதாகத் தொடங்கிய ஜன் மோர்ச்சா என்னும் கட்சியின் சார்பில் போட்டியிட்டு வெற்றியும் பெற்றார்.

இதன்பிறகு நாட்டில் உள்ள பெரும்பாலான காங்கிரஸ் அல்லாத கட்சிகளை ஒருங்கிணைத்து ஜனதா தளம் என்னும் அரசியல் கட்சியைத் தொடங்கினார்.

1989ஆம் ஆண்டு நடைபெற்ற பொதுத் தேர்தலில் மிகப் பெரிய வெற்றியைப் பெற்று ஆட்சியைப் பிடித்தார். ஆனாலும் அவரால் ஓராண்டு முழுமையாகக்கூட பிரதமர் பதவியில் நீடிக்க முடியாமல் போயிற்று. 1990ஆம் ஆண்டு நவம்பர் மாதத்தில் நம்பிக்கை வாக்கெடுப்பில் தோல்வியைத் தழுவினார். பிரதமர் பதவியில் இருந்து விலகினார்.

ஆனால் இவர் பிரதமராகப் பதவி வகித்த காலக்கட்டத்தில் போபர்ஸ் ஊழல் பற்றி விசாரித்து தனது முதல் தகவல் அறிக்கையை சிபிஐ பதிவு செய்தது.

இதனையடுத்து குட்ரோச்சி மற்றும் வின்சத்தா ஆகியோரைக் கைது செய்யும் உத்தரவுகள் வெளியாகின. இதனையடுத்து மலேசியாவில் இருந்து குட்ரோச்சியையும், ஐக்கிய அரபு எமிரேட்ஸில் இருந்து வின்சத்தாவையும் நாடு கடத்துமாறு சிபிஐ அந்நாட்டிற்குக் கடிதம் எழுதியது.

மேலும் கமிஷன் பெற்ற ஆறு கணக்குகளையும் முடக்கி வைக்குமாறு இந்திய அரசு கேட்டுக் கொண்டதற்கு இணங்க சுவீடன் அரசு அவ்வாறே செய்தது.

1990ஆம் ஆண்டின் இறுதியில் சுவிட்சர்லாந்து நாட்டில் இருந்து சில ஆவணங்கள் டெல்லிக்கு வந்து சேர்ந்தன.

இதுபோன்ற ஒரு முக்கியமான தருணத்தில் வி.பி. சிங் பிரதமர் பதவியில் இருந்து வெளியேறினார். ராஜீவ் காந்தி படுகொலை செய்யப்பட்டார். 1991ஆம் ஆண்டு பி.வி. நரசிம்மராவ் தலைமையில் காங்கிரஸ் கட்சி ஆட்சி அமைந்தது.

இந்த ஆட்சி 1996ஆம் ஆண்டு வரை நீடித்தது. எனவே அந்தக் காலக்கட்டத்தில் போபர்ஸ் ஊழல் வழக்கு விசாரணையில் எந்தவிதமான முன்னேற்றமும் ஏற்படவில்லை.

இதனிடையே அப்போது மத்திய நிதியமைச்சராக இருந்த மாதவ்ராவ் சோலங்கி கையெழுத்திடாத குறிப்பு ஒன்றை சுவிட்சர்

லாந்திற்கு அனுப்பி வைத்தார். 'இந்திய நீதிமன்றங்களில் இறுதி முடிவு எடுக்கப்படும் வரை இதுதொடர்பாக சுவிட்சர்லாந்து எந்தவிதமான தொடர் நடவடிக்கையும் எடுக்க வேண்டாம்' என்று அந்தக் குறிப்பில் எழுதப்பட்டிருந்தது.

மேலும் இந்தக் காலக்கட்டத்தில் குட்ரோச்சி இந்தியாவில் சுதந்திரமாகச் சுற்றித் திரிந்து வந்தார். அவரது வியாபாரம் மீண்டும் தீவிரமடைந்து வந்தது.

இந்நிலையில் தமது வங்கி ஆவணங்களை வெளியிடக்கூடாது என்று சுவிஸ் நீதிமன்றத்தில் குட்ரோச்சி முறையீடு செய்திருந்தார். ஆனால் அதனை நீதிமன்றம் நிராகரித்தது.

இன்டர்போல் அமைப்பு இந்த விஷயத்தை சிபிஐயிடம் தெரிவித்தது.

இதனிடையே 1993ஆம் ஆண்டு ஜூலை மாதம் 24ஆம் தேதி அன்று போபர்ஸ் விவகாரத்தில் குட்ரோச்சி மீது நடவடிக்கை எடுப்பதற்குப் போதிய ஆதாரம் இல்லை என்ற சட்ட ஆலோசனையை மத்திய இணையமைச்சர் மார்க்ரெட் ஆல்வாவிற்கு அனுப்பி வைத்தார் சிபிஐ இயக்குநர்.

ஆனால் இந்தக் கோப்பு தொடர்பாக எந்தவிதமான நடவடிக்கையையும் எடுக்காமல் ஆறப்போட்டார் மார்க்ரெட் ஆல்வா.

இதையடுத்து 1993ஆம் ஆண்டு ஜூலை மாதக் கடைசியில் இந்தியாவில் இருந்து தப்பிச் சென்றுவிட்டார் குட்ரோச்சி.

1996ஆம் ஆண்டு நடைபெற்ற பொதுத் தேர்தலில் காங்கிரஸ் தோல்வியைச் சந்தித்தது. பாஜகவின் வாஜ்பாய் தலைமையில் புதிய கூட்டணி அமைச்சரவைப் பதவியேற்றது.

அதாவது காங்கிரஸ் கட்சிக்கு எதிரான கட்சிகளின் ஆட்சி என்பதால் மீண்டும் போபர்ஸ் விவகாரம் சூடு பிடித்தது.

1997ஆம் ஆண்டு பெர்ன் நகரம் சென்ற முன்னாள் சிபிஐ இயக்குநர் ஜோகிந்தர் சிங், அங்கிருந்து ஏராளமான ஆதாரங் களைக் கொண்டு வந்தார்.

இதனை அடிப்படையாகக் கொண்டு 1999ஆம் ஆண்டு குற்றப்பத்திரிகை தாக்கல் செய்யப்பட்டது. அதில் ராஜீவ் காந்தியின் பெயரும் இடம்பெற்றிருந்ததால் நாடு முழுவதும் பெரும் பரபரப்பு ஏற்பட்டது.

இதில் குட்ரோச்சிக்கு எதிராகக் கைது வாரண்டும் பிறப்பிக்கப்பட்டது. இதனடிப்படையில் குட்ரோச்சியை சர்வதேச அளவில் தேடப்படும் குற்றவாளிகள் பட்டியலில் சேர்த்து, அவருக்கு எதிராக 'ரெட் கார்னர் நோட்டீஸ்' பிறப்பிக்குமாறு சர்வதேச போலீஸ் அமைப்பான இன்டர்போலை சிபிஐ கேட்டுக் கொண்டது.

இதனைத் தொடர்ந்து குட்ரோச்சிக்கு எதிராக ரெட் கார்னர் நோட்டீஸ் பிறப்பிக்கப்பட்டது.

இதனை அடிப்படையாகக் கொண்டு 2000வது ஆண்டில் குட்ரோச்சி மலேசியாவில் கைது செய்யப்பட்டார். ஆனால் அவருக்கு எதிராகப் போதிய ஆதாரங்களை சிபிஐ தாக்கல் செய்யாத காரணத்தால் குட்ரோச்சியை இந்தியாவிடம் ஒப்படைக்க மலேசிய நீதிமன்றம் மறுத்துவிட்டது.

2000வது ஆண்டு அக்டோபர் மாதத்தில் இந்த வழக்கு தொடர்பாக ஒரு துணைக் குற்றப்பத்திரிகையை சிபிஐ தாக்கல் செய்தது. அதில் இந்துஜா சகோதரர்கள் ஸ்ரீசந்த், கோபிசந்த், பிரகாஷ் ஆகியோரின் பெயர்கள் சேர்க்கப்பட்டன.

இந்துஜா சகோதரர்களுக்கு இந்தியாவில் சொத்துக்கள் உண்டு. அத்துடன் நிறைய முதலீடுகளும் செய்திருந்ததால் அவர்களால் இந்த வழக்கில் இருந்து எளிதாகத் தப்பிக்க முடியாத நிலை உருவானது.

2001ஆம் ஆண்டு ஜனவரி மாதம் இங்கிலாந்தில் இருந்து இந்தியா வந்த இந்துஜா சகோதரர்கள், நீதிமன்றத்தில் ஆஜராகினர். பின்னர் அவர்கள் இந்தியாவிலேயே தங்கி இருந்து வழக்கைச் சந்திக்க வேண்டிய இக்கட்டான நிலைக்கு ஆளாகினர்.

பின்னர் அவர்கள் வெளிநாடு செல்ல நீதிமன்றம் அனுமதி வழங்கியது. அதேநேரத்தில் சுவிஸ் வங்கிக் கணக்குகள் தொடர்பான ஆவணங்கள் எவற்றையும் இந்தியாவிற்கு அளிக்கக் கூடாது என்று முறையிட்டு பெரும் சட்டச் சிக்கல்களை அவர்கள் உருவாக்கி வந்தனர்.

இதனால் இந்துஜா சகோதரர்கள் மீது சந்தேகம் வலுவடைய ஆரம்பித்தது. இந்தச் சந்தேகத்திற்கு அவர்கள் அளித்த விளக்கம் என்ன தெரியுமா?

'போபர்ஸ் நிறுவனத்தோடு எங்களுக்குத் தொடர்பு உண்டு. பல வியாபாரம் தொடர்பாக கமிஷன் வாங்கியதும் உண்டு.

ஆனால் பீரங்கி விவகாரத்தில் எங்களுக்கு எந்தவிதமான தொடர்பும் கிடையாது' என்று தெரிவித்தனர்.

ஒரு வாதத்திற்காக இதனை உண்மை என்றே ஒப்புக் கொண்டாலும், பீரங்கி வாங்கியதற்கான பணத்தை இந்திய அரசு போபர்ஸ் நிறுவனத்திற்கு வழங்கிய அதே காலக்கட்டத்தில், இந்துஜா சகோதரர்களின் வங்கிக் கணக்குகளில் அவர்கள் வாங்கியதாகக் குற்றம் சாட்டப்படும் அதே அளவு கமிஷன் தொகை போடப்பட்டுள்ளது.

இது எப்படி?

இந்துஜா சகோதரர்களில் ஒருவரான ஸ்ரீசந்த், 1999ஆம் ஆண்டு இங்கிலாந்து பிரஜையாக மாறினார். இதன்மூலம் இந்த வழக்கு தொடர்பாக இந்தியாவில் ஒப்படைக்கப்படுவதில் இருந்து தப்பிக்க முனைந்தார்.

இதனிடையே குட்ரோச்சி மற்றும் அவரது மனைவி மரியா பெயரில் லண்டன் வங்கி ஒன்றில் இருந்த இரண்டு கணக்குகளை சிபிஐ கேட்டுக் கொண்டதால் 2003ஆம் ஆண்டு முடக்கி வைப்பதாக பிரிட்டீஷ் அரசு அறிவித்தது

பின்னர் 2006ஆம் ஆண்டு இவ்வாறு முடக்கி வைத்த ஆணை ரத்து செய்யப்பட்டது.

2004ஆம் ஆண்டு நடந்த பொதுத் தேர்தலில் வாஜ்பாய் தலைமையிலான அரசு கவிழ்ந்தது. மீண்டும் காங்கிரஸ் கட்சி அதிக இடங்களைக் கைப்பற்றி மன்மோகன்சிங் தலைமையில் ஆட்சி அமைத்தது குறிப்பிடத்தக்கது.

இத்தருணத்தில் 2004ஆம் ஆண்டு போபர்ஸ் வழக்கில் இருந்து ராஜீவ் காந்தியை விடுவித்தது டெல்லி உயர்நீதிமன்றம். இதற்கு அடுத்த ஆண்டே இந்துஜா சகோதரர்களும் இந்த வழக்கில் குற்றமற்றவர்கள் என்று நீதிமன்றத்தால் விடுவிக்கப்பட்டனர்.

இதனிடையே 2007ஆம் ஆண்டு தொடக்கத்தில் குட்ரோச்சி அர்ஜென்டினா நாட்டிற்குப் பயணம் செய்தபோது அங்குள்ள விமான நிலைய அதிகாரிகள் சோதனை நடத்தினர். அப்போது அவர் இந்தியாவில் தேடப்படும் குற்றவாளி என்பது தெரியவந்ததால், அவரைக் கைது செய்தனர். முறைப்படி இந்தத் தகவலை இந்திய அரசுக்கும் தெரிவித்தனர்.

அர்ஜென்டினாவில் இருந்து குட்ரோச்சியை இந்தியாவிற்குக்

குட்ரோச்சி

கொண்டு வருவதற்காக அந்நாட்டு நீதிமன்றத்தில் சிபிஐ முறையீடு செய்தது.

ஆனால் அப்போதும் போதிய ஆதாரங்களைத் தாக்கல் செய்ய சிபிஐ தவறிவிட்டது. இதனையடுத்து குட்ரோச்சி குற்றமற்றவர் என்று கூறி அவரை நீதிமன்றம் விடுவித்தது.

எனவே இந்தியாவிற்குக் கொண்டுவரும் முயற்சி தோல்வியுற்றது. குட்ரோச்சியின் பாஸ்போர்ட் மற்றும் விசா திரும்ப அவரிடமே ஒப்படைக்கப் பட்டது. அவரது சொந்த நாட்டிற்குச் செல்லவும் அனுமதி அளித்தது.

எனவே குட்ரோச்சி எந்த நேரத்திலும் விமானம் ஏறி இத்தாலிக்குப் பறந்து விடுவார் என்பது அனைவருக்கும் தெரியும். சிபிஐக்கும் தெரியும்.

ஆனாலும் இந்த விஷயத்திலும் சிபிஐ மெத்தனம் காட்டியது. குட்ரோச்சி அவரது சொந்த நாடான இத்தாலிக்குத் தப்பிச் சென்றுவிட்டார்.

கடந்த 1999ஆம் ஆண்டு முதல் தொடர்ந்து பத்து ஆண்டுகளாக நிலுவையில் இருந்த 'சர்வதேச அளவில் தேடப்படும் குற்றவாளிகள் பட்டிய'லில் இடம் பெற்றிருந்த குட்ரோச்சியின் பெயர் 2009ஆம் ஆண்டு ரத்து செய்யப்பட்டது.

சிபிஐயின் வேண்டுகோளின்படி இன்டர்போல் இந்த நடவடிக்கையை மேற்கொண்டது.

இந்திய அட்டர்னி ஜெனரல் மிலன் பானர்ஜியின் சட்ட ஆலோசனையை ஏற்று இந்த முடிவு எடுக்கப்பட்டதாக சிபிஐ விளக்கம் அளித்தது.

இந்திய அட்டர்னி ஜெனரலும் இதற்கு சூப்பரான ஒரு விளக்கத்தை அளித்தார்.

'குட்ரோச்சியை இந்தியாவிற்குக் கொண்டுவர இரண்டு முறை முயற்சிகள் எடுக்கப்பட்டன. ஆனால் இரண்டுமே தோல்வி அடைந்தன. இந்தத் தொடர் தோல்வி காரணமாக குட்ரோச்சிக்கு எதிரான பிடிவாரண்டு செல்லாததாகி விடுகிறது. எனவே அவரை சர்வதேச அளவில் தேடப்படும் குற்றவாளிகள் பட்டியலில் இருந்து நீக்கி விடலாம் என்று தீர்மானிக்கப்பட்டது' என்றார்.

உலகம் முழுவதும் பரபரப்பாகப் பேசப்பட்ட ஒரு ஊழல் வழக்கின் முக்கிய குற்றவாளியான குட்ரோச்சியைப் பிடித்து இந்தியாவிற்குக் கொண்டுவர இயலாமல் போயிற்று என்று சிபிஐ கூறியது என்றால் அது நாட்டிற்கே மிகப் பெரிய அவமானம் என்பதைக்கூட யாரும் இந்த விவகாரத்தில் பெரிதாக எடுத்துக் கொள்ளாமல் போனது கேவலமானது.

எதிர்க்கட்சிகள் வழக்கம்போல நாடாளுமன்றத்தில் ரகளை செய்தன. ஆங்காங்கே அவர்களின் தொண்டர்களைத் தூண்டி

விட்டு ஆர்ப்பாட்டம் நடத்தி தங்கள் பங்களிப்பை நிறுத்திக் கொண்டன.

மேலும் இந்த விவகாரத்தில் 2011ஆம் ஆண்டில் மற்றொரு அதிரடி திருப்பம் நிகழ்ந்தது.

'போபர்ஸ் பீரங்கி பேர ஊழல் வழக்கில் குற்றம்சாட்டப்பட்ட இத்தாலி தொழிலதிபர் ஒட்டாவியோ குட்ரோச்சிக்கு எதிரான வழக்கை கைவிட டெல்லி தலைமை மெட்ரோபாலிட்டன் மாஜிஸ்ட்ரேட் நீதிமன்றம் அனுமதி வழங்கியது.

'குட்ரோச்சியை இந்தியாவிற்குக் கொண்டு வருவதற்காக மக்களின் வரிப்பணம் 250 கோடி ரூபாய் விரயமானதுதான் மிச்சம். ஆனால் குட்ரோச்சியை இவர்களால் ஒன்றுமே செய்ய முடியாமல் போனது. எனவே அவருக்கு எதிரான வழக்கைக் கைவிட நீதிமன்றம் அனுமதிக்க வேண்டும் என்று சிபிஐ கேட்டுக் கொண்டதை ஏற்று அதற்கு அனுமதி அளிக்கிறது' என்று நீதிபதி தீர்ப்பளித்தார்.

ஆக, போபர்ஸ் பீரங்கி பேர ஊழலின் முக்கிய குற்றவாளி குட்ரோச்சியும் வழக்கில் இருந்து விடுவிக்கப்பட்ட பிறகு அந்த வழக்கில் அப்புறம் என்னதான் இருக்கிறது?

மேலும் 2013ஆம் ஆண்டு ஜூலை மாதத்தில் மாரடைப்பு காரணமாக குட்ரோச்சி மரணமடைந்தார்.

அத்துடன் போபர்ஸ் விவகாரமும் முழுமையாக மூடப்பட்டு விட்டது.

இந்த வழக்கில் ஒரு கேவலமான உண்மையை நாம் புரிந்து கொள்ள வேண்டும்.

அதாவது போபர்ஸ் பீரங்கி பேரத்தில் கமிஷன் தொகையாகப் பெறப்பட்டது 64 கோடி ரூபாய் என்பதுதான் குற்றச்சாட்டு. ஆனால் இந்த வழக்கு விசாரணைக்காக இந்திய அரசு செலவிட்ட தொகை எவ்வளவு தெரியுமா?

250 கோடி ரூபாய்!

குட்ரோச்சி இந்தியாவை விட்டு தப்பிச் செல்ல அனுமதித்ததில் இருந்தே அவருக்கு மிகவும் சக்திவாய்ந்த நண்பர்கள் இங்கு உண்டு என்பது தெளிவான உண்மை.

அதிகாரம் குவிந்திருந்த இடத்தில் இருந்த இந்த வழக்கை மூடி மறைக்க நடவடிக்கை மேற்கொள்ளப்பட்டதை சாட்சியங்கள் மூலமாகத் தெரிந்து கொள்ள முடிகிறது.

ராஜீவ் காந்தி அந்தப் பணத்தைப் பெறவில்லை என்பது காங்கிரஸ் கட்சித் தரப்பில் தொடர்ந்து தெரிவிக்கப்பட்டு வருகிறது.

அப்படியானால் எதற்காக இவ்வளவு பெரிய தொகையைச் செலவழித்து சொதப்பலான விசாரணை நடத்தும் கண்துடைப்பு நாடகம் நடத்தப்பட்டது?

இப்போது மீண்டும் போபர்ஸ் வழக்கு தூசி தட்டப்படுவதாக செய்திகள் வருகின்றன. பலன் இருக்குமா என்பதுதான் நிஜமான சந்தேகம்.

செயின்ட் கிட்ஸ் தீவு ஊழல்

போபர்ஸ் பீரங்கி பேர ஊழல் மிகப் பெரிதாக வெடித்ததற்கு முக்கிய காரணகர்த்தாவாக விளங்கியவர் வி.பி. சிங்.

இந்த ஊழலை முன் வைத்துப் பிரச்சாரம் மேற்கொண்டதை அடுத்து நாட்டின் பத்தாவது பிரதமராகப் பதவியை அடைந்தார்.

எனவே காங்கிரஸ் கட்சியினருக்கு வி.பி. சிங்கின் மீது உள்ளூர கோபம் அதிகம் இருந்தது. தங்கள் தலைவர் ராஜீவ் காந்தி மீது ஊழல் குற்றச்சாட்டைச் சுமத்தியதால், எப்படியாவது அதே ஊழல் கறை படிந்தவராக வி.பி. சிங்கையும் காண்பித்துவிட வேண்டும் என்ற நோக்கமே இந்த செயின்ட் கிட்ஸ் தீவு ஊழல்.

செயின்ட் கிட்ஸ் தீவு என்பது மேற்கிந்தியத் தீவுகளில் ஒன்று. இந்தத் தீவில் 35 கோடி ரூபாய் அளவிற்கு வி.பி. சிங்கின் மூத்த மகன் அஜய் சிங் முதலீடு செய்திருப்பதாகக் குற்றச்சாட்டைப் பரபரப்பாக முன்வைத்தது காங்கிரஸ் கட்சி.

அதாவது வி.பி. சிங் ஒன்றும் யோக்யமானவர் கிடையாது என்று மக்களுக்கு வெளிப்படுத்த வேண்டும் என்பதுதான் இதன் முக்கிய நோக்கம்.

காங்கிரஸ் கட்சியைச் சேர்ந்த கே.கே. திவாரி என்பவர் இது தொடர்பாக ஊடகங்களில் குற்றச்சாட்டு ஒன்றை முன்வைத்தார்.

'லண்டனில் உள்ள தனியார் மற்றும் அரசுக்குச் சொந்தமான நிறுவனங்களில் இந்திய நிதியமைச்சராக வி.பி. சிங் பதவி வகித்த போது பெருமளவில் முறைகேடாகப் பணம் வசூலித்தார்.

அந்தப் பணத்தை செயின்ட் கிட்ஸ் தீவில் உள்ள வங்கிகளில் அவரது மகன் அஜய் சிங் மூலமாக முதலீடு செய்துள்ளார்'.

இதுதான் அந்தக் குற்றச்சாட்டு.

இதுதொடர்பாக சிபிஐ விசாரணைக்கு உத்தரவிடப்பட்டது. சில தினங்களில் விசாரணை அறிக்கையும் வெளியானது.

வி.பி. சிங்கின் பெயரை இழிவுபடுத்தும் நோக்கிலேயே இந்தக் குற்றச்சாட்டு தெரிவிக்கப்பட்டுள்ளது. இந்தக் குற்றச்சாட்டைக் கிளப்பி விட்டவர் சாமியார் சந்திராசாமி.

இத்தகைய புரளியைக் கிளப்பி விடுவதற்குத் துணையாக இருந்தவர்களில் முக்கியமானவர்கள் பி.வி. நரசிம்மராவ், ஆர்.கே. தவான், டி.என். சேஷன் உள்ளிட்ட சில தலைவர்கள் மற்றும் டெல்லியைச் சேர்ந்த இரு பத்திரிகையாளர்கள்.

இதற்குச் சாட்சியம் அளிப்பதற்காக வெளிநாடு வாழ் இந்தியர்கள் சிலரும் தயார்ப்படுத்தப்பட்டுள்ளனர்..

மேலும் இந்தத் தவறான திட்டம் மத்திய நிதி மற்றும் வெளியுறவுத் துறை அமைச்சகத்தில் தான் உருவாக்கப்பட்டுள்ளது.

அதாவது தேர்தலில் வி.பி. சிங்கின் பெயரைக் கெடுத்து, அவரை வெற்றி பெறாமல் தடுத்துவிட வேண்டும் என்பது மட்டுமே இந்த ஊழல் குற்றச்சாட்டின் முக்கிய நோக்கமாக இருந்தது.

எனவே செயின்ட் கிட்ஸ் தீவு ஊழல் வழக்கு அதன்பின்னர் இருந்த சுவடே தெரியாமல் மறைந்து போனது.

5 கால்நடைத் தீவன ஊழல்

இந்தியாவை உலுக்கிய மற்றொரு ஊழல் மாட்டுத் தீவன ஊழல். பீகார் முதல்வராக லல்லு பிரசாத் யாதவ் பதவி வகித்த போது நடந்த மிகப் பெரிய ஊழல்..

1990ஆம் ஆண்டுகளில் இன்னும் பல ஊழல்கள் நடந்ததாகக் குற்றச்சாட்டு எழுந்தது உண்டு.

1. ஏர்பஸ் ஊழல்
2. இந்தியன் வங்கி ஊழல்
3. பால்மோலின் எண்ணெய் இறக்குமதி ஊழல்
4. ஹர்ஷத் மேத்தா ஊழல்
5. சர்க்கரை இறக்குமதி ஊழல்

6. புரூலியா ஆயுதங்கள் வீசப்பட்ட ஊழல்

7. யூரியா ஊழல்

8. சுக்ராம் டெலி கம்யூனிகேஷன் உபகரண ஊழல்

9. கார்கில் சவப்பெட்டி ஊழல்

10. கால்நடைத் தீவன ஊழல்

ஏர்பஸ் ஊழல்

ஏர்பஸ் ஊழல் தொடர்பாக 1990ஆம் ஆண்டு மார்ச் மாதம் 23ஆம் தேதி அன்று வழக்கு ஒன்று பதிவு செய்யப்பட்டது. இந்த விவகாரத்தில் 120 கோடி ரூபாய் ஊழல் நடைபெற்றதாகத்தான் வழக்கு.

ஏர்பஸ் நிறுவனத்துடன் 2 ஆயிரம் கோடி ரூபாய் அளவிற் கான வியாபார ஒப்பந்தம் செய்து கொள்ளப்பட்டு ஏ-320 ஏர் லைனர் விமானங்கள் வாங்கப்பட்டன.

இந்நிலையில் ஏ-320 ஏர்லைனர் என்னும் ஏர்பஸ் விமானம் 1990ஆம் ஆண்டு பிப்ரவரி மாதம் 14ஆம் தேதி அன்று பெங்களூரு ஹிந்துஸ்தான் என்னும் எச்ஏஎல் விமான தளத்தில் மிகப் பெரிய விபத்தைச் சந்தித்தது. சம்பவத்தில் பயணிகள் உட்பட மொத்தம் 92 பேர் கொல்லப்பட்டனர்.

இதன்பிறகே ஏர்பஸ் வாங்கியதில் 120 கோடி ரூபாய் அளவிற்கு ஊழல் நடைபெற்றதாகக் குற்றச்சாட்டு எழுந்தது. எனினும் இது தொடர்பான வழக்கில் எவரும் கைது செய்யப்பட வும் இல்லை. பிற்பாடு அந்த வழக்கு என்னவாயிற்று என்று யாருக்கும் தெரியவும் இல்லை.

இந்தியன் வங்கி ஊழல்

அகிலம் என்னும் கட்டுமான நிறுவனத்திற்கு 326 கோடி ரூபாய் கடன் வழங்கியது தொடர்பாக அப்போதைய இந்தியன் வங்கித் தலைவர் எம். கோபாலகிருஷ்ணன் முக்கியக் குற்றவாளியாகச் சேர்க்கப்பட்டு வழக்கு பதிவு செய்யப்பட்டது.

1993ஆம் ஆண்டு பதிவு செய்யப்பட்ட இந்த வழக்கில் பத்து ஆண்டுகள் கழித்து சிபிஐ சிறப்பு நீதிமன்றம் தீர்ப்பளித்தது. அதில் கோபாலகிருஷ்ணனைக் குற்றவாளியாக அறிவித்து அவருக்கு ஓராண்டு சிறைத் தண்டனை வழங்கப்பட்டது.

அரசு வங்கித்துறையான இந்தியன் வங்கியில் அதன் தலைவராக இருந்த கோபாலகிருஷ்ணன் அகிலம் ஊழல் மட்டுமல்லாமல் கிரண் இன்னோவேசன் என்னும் தனியார் நிறுவனம் ஒன்றுக்குக் கடன்கள் வழங்கியதிலும் சில முறைகேடுகளில் ஈடுபட்டது தெரியவந்தது.

இந்தத் தனியார் நிறுவனத்தின் சென்னை மற்றும் டெல்லியில் உள்ள கிளைகளின் சார்பில் இந்தியன் வாங்கியில் பல்வேறு கடன்கள் வாங்கப்பட்டன. இதற்காக இந்த நிறுவனம் போலி

கோபாலகிருஷ்ணன்

ஆவணங்களை வங்கி நிர்வாகத்திடம் சமர்ப்பித்துள்ளது. இந்தத் தவறுக்கு வங்கியின் அதிகாரிகள் சிலரும் உடந்தையாக இருந்துள்ளனர்.

இதுதான் குற்றச்சாட்டு. இது தொடர்பான புகார்கள் சிபிஐ பொருளாதாரப் பிரிவுக்கு வந்து குவிந்தன.

இதனையடுத்து 1998ஆம் ஆண்டு மோசடி, கூட்டுச்சதி உட்பட பல்வேறு குற்றச்சாட்டுக்களின் பேரில் வழக்கு ஒன்று பதிவு செய்யப்பட்டது.

1987ஆம் ஆண்டு முதல் 1995ஆம் ஆண்டு வரை இந்த குறிப்பிட்ட நிறுவனத்திற்கு 5.51 கோடி ரூபாய் வரை கடன் வழங்கப்பட்டதில் முறைகேடுகள் நடந்ததாகக் குற்றச்சாட்டு.

இந்த வழக்கில் சிரண் இன்னோவேசன் நிறுவன நிர்வாகிகள், இந்தியன் வங்கியின் அப்போதைய தலைவர் கோபாலகிருஷ்ணன், மற்றும் சில முக்கிய வங்கி அதிகாரிகள் மீது குற்றப்பத்திரிகை தாக்கல் செய்யப்பட்டது.

18 ஆண்டுகளுக்குப் பிறகு இந்த வழக்கில் தீர்ப்பளிக்கப் பட்டது. அதில் கோபாலகிருஷ்ணன் உட்பட அனைவருக்கும் இரண்டு ஆண்டுகள் சிறைத் தண்டனை விதிக்கப்பட்டது.

இந்த ஊழலில் ஆளும் கட்சியின் அதிகார வர்க்கமும் சம்பந்தப்பட்டிருப்பதாக எதிர்க்கட்சிகள் குற்றம் சாட்டின. ஆனாலும் அது நிரூபிக்கப்படவில்லை. வங்கி அதிகாரிகள் மட்டுமே தண்டனையை அனுபவித்தார்கள்.

பாமாயில் எண்ணெய் இறக்குமதி ஊழல்

கேரளாவில் நடைபெற்ற இந்த ஊழல் நாடு முழுவதும் பரபரப்பாகப் பேசப்பட்டது.

1991ஆம் ஆண்டு கேரள முதல்வராக கே. கருணாகரன் பதவி வகித்தபோது அவரது அமைச்சரவையில் நிதியமைச்சராகப் பதவி வகித்தவர் உம்மன் சாண்டி. பின்னர் இவர் கேரள முதல்வராகவும் பதவி வகித்தது குறிப்பிடத்தக்கது.

அப்போது மலேசியாவில் இருந்து 32 ஆயிரம் டன் பாமாயில் எண்ணெய் இறக்குமதி செய்யப்பட்டது. அதில் மாநில அரசுக்கு இரண்டு கோடியே 32 லட்சம் ரூபாய் இழப்பு ஏற்பட்டதாகக் குற்றச்சாட்டு எழுந்தது.

உம்மன் சாண்டி

கே.கருணாகரன்

முதல்வர் மீதே குற்றம் சாட்டப்பட்டுள்ளதால் இந்த வழக்கை சிபிஐ விசாரிக்க வேண்டும் என்ற கோரிக்கையும் எழுந்தது.

இந்த வழக்கில் கே. கருணாகரன், உம்மன் சாண்டி உள்ளிட்ட பலர் மீது குற்றப்பத்திரிகை தாக்கல் செய்யப்பட்டது. இந்தக் குற்றப் பத்திரிகையில் இடம் பெற்றிருந்ததில் கேரள மாநில தலைமைச் செயலராகப் பதவி வகித்த பி.ஜே. தாமஸ் என்பவரின் பெயரும் உண்டு.

இதே தாமஸ் பின்னர் மத்திய லஞ்ச ஒழிப்பு மற்றும் கண்காணிப்பு ஆணையத்தின் தலைவராக 2010ஆம் ஆண்டு நியமிக்கப்பட்டார்.

பாமாயில் இறக்குமதி ஊழல் வழக்கில் தொடர்புடையதாக தாமஸ் பெயரும் இடம்பெற்று வழக்கும் நடைபெற்று வரும் நிலையில் அதே தாமஸ் லஞ்ச ஒழிப்புத் துறையின் தலைவராக நியமிக்கப்பட்டதை எதிர்த்து உச்ச நீதிமன்றத்தில் வழக்குப் பதிவு செய்யப்பட்டது.

இதனிடையே 2010ஆம் ஆண்டு கருணாகரன் காலமானதை அடுத்து இந்த வழக்கை கேரளாவில் அப்போது ஆட்சி செய்த காங்கிரஸ் அரசு விலக்கிக் கொண்டது.

எனினும் பின்னர் அச்சுதானந்தன் தலைமையில் அமைந்த இடதுசாரிகள் அரசு, அந்த வழக்கை மீண்டும் விசாரணைக்கு எடுத்துக் கொள்ள கோரிக்கை விடுத்தது.

கருணாகரன் இறந்துவிட்ட காரணத்தால் அவர் பெயர் குற்றப் பத்திரிகையில் இருந்து நீக்கப்பட்டுவிட்டது. தற்போதும் இந்த வழக்கின் விசாரணை நடைபெற்றுக் கொண்டுதான் இருக்கிறது.

ஹர்ஷத் மேத்தா ஊழல்

ஹர்ஷத் மேத்தா பங்குச் சந்தையில் செய்த மெகா மோசடியான 'பங்குச் சந்தை ஊழல்' 1990களில் பரபரப்பாகப் பேசப்பட்டது.

இதை 'ஊழல்' என்று சொல்வதைக் காட்டிலும் 'பயங்கர கொள்ளை' என்றுதான் சொல்ல வேண்டும். பங்குச் சந்தையில் பணம் முதலீடு செய்தவர்களின் பணத்தை கிரிமினல் மூளையைப் பயன்படுத்தி சுரண்டியதுதான் இந்த ஊழல்.

5 ஆயிரத்து 500 கோடி ரூபாய் வரை ஊழல் புரிந்தார் என்பது நம்பவே முடியாத உண்மை.

இது மிகப் பெரிய தொகை என்பதால் நாட்டின் மூலை முடுக்கெங்கும் இதைப்பற்றிப் பரபரப்பாகப் பேசப்பட்டது.

1991ஆம் ஆண்டு ஜூலை மாதத்தில் நாட்டில் புதிய பொருளாதாரக் கொள்கை துளிர்விட்டது. அதன் தாக்கம் வெளியே தெரிவதற்கு முன்பாகப் பங்குச் சந்தை ஊழல் நாட்டையே உலுக்கிவிட்டது.

மத்தியப் பிரதேச மாநிலம் ராய்ப்பூரைச் சேர்ந்த ஹர்ஷத் மேத்தா, தனது சகோதரர் அஸ்வினுடன் மும்பைக்குக் குடியேறினார். அங்கு நியூ இந்தியா காப்பீட்டு நிறுவனத்தில் காசாளர் பணி கிடைத்தது.

பங்குச் சந்தையின் மீது ஓர் இனம் புரியாத ஆர்வம் சிறுவயது முதலே அவருக்கு இருந்தது. எனவே அலுவலகத்தில் உணவு இடைவேளையின்போது மும்பை பங்குச் சந்தைக்கு ஓடிவருவார்.

எப்படியாவது பங்குத் தரகராக வேண்டும் என்ற ஆசை நாளாவட்டத்தில் வெறியாகவே மாறியது. ஒரு தரகரிடம் கெஞ்சிக் கூத்தாடி துணை தரகராகச் சேர்ந்தார். அப்புறம் அவரது கிரிமினல் மூளையைப் பயன்படுத்தி மிகப் பெரிய கோடீஸ்வரராகவே மாறினார்.

நடுக்கடலில் தோன்றும் சுனாமி போல பங்குச் சந்தையில் நுழைந்து பலப்பல அதிரடிகளை நிகழ்த்தினார். இவரது அதிரடி ஆட்டத்தைப் பார்த்து பங்குச் சந்தை உலகமே மிரண்டு போனது. இன்னும் சொல்லப் போனால் பங்குச் சந்தையின் சூப்பர் ஸ்டாராகத் திகழ்ந்தார்.

ஆனால் யாருமே எதிர்பாராதவாறு பங்குச் சந்தையின் மிகப் பெரிய, கொடூர வில்லனாகவும் அவர் மாறியதுதான் உண்மை.

பங்குச் சந்தையில் ஹர்ஷத் மேத்தாவைப் போன்று பல்வேறு தகிடுத்தனங்களை இன்று பலரும் செய்து வந்தாலும் இதனை முதன்முதலாக அறிமுகப்படுத்திய பெருமை இவருக்கே உண்டு.

வில்லனாக இருப்பவர்கள் சில விஷயங்களில் நல்லவனாகவும் இருப்பார்கள். அல்லது அதற்காகச் சில வேஷங்களைத் தரிக்கவும் செய்வார்கள்.

ஆனால் ஹர்ஷத் மேத்தா மட்டும் அப்படிக் கிடையாது. இவரது ஒவ்வொரு செயலிலும் வில்லத்தனம் மட்டுமே இருந்தது. நினைத்ததைச் சாதிக்கும் துணிச்சலை நிரம்பப் பெற்றிருந்த அவர், பல வங்கி மேலாளர்களை வளைத்துத் தனது சட்டைப் பைக்குள் பத்திரப்படுத்தி வைத்த அசாத்திய திறமைசாலியாக இருந்தார்.

உதாரணத்திற்கு, ஒரு நிறுவனத்தின் சந்தை மதிப்பு 100 ரூபாய் என்றால் வேண்டுமென்றே அந்நிறுவனப் பங்குகளைக் கூடுதலாக 10 அல்லது 20 ரூபாய் அதிகம் கொடுத்து வாங்கிக் குவிப்பார்.

ஒரு காலக்கட்டத்திற்குப் பிறகு இந்த பங்குகளின் விலை சந்தையில் அதிகரிக்கத் தொடங்கும். 300 அல்லது 400 ரூபாய் அளவிற்கு ஒரு பங்கின் விலை அதிகரித்ததும், தான் சேகரித்து வைத்துள்ள பங்குகளை அவரே சந்தையில் விற்றுப் பணத்தை அள்ளுவார்.

இதனிடையே சில மாதங்களாகப் பங்குச் சந்தை அசுரத்தன மான ஏற்றத்தில் சென்று கொண்டிருந்தது சிலருக்கும் பெரும் சந்தேகத்தைத் தோற்றுவித்தது.

'சந்தை உண்மையிலேயே உயர்ந்து கொண்டிருக்கிறதா? அல்லது வேண்டுமென்றே உயர்த்தப்படுகிறதா?'

1992ஆம் ஆண்டுதான் புதிதாகத் தொடங்கப்பட்டிருந்த செபி (SEBI) என்னும் அமைப்பு பங்குச் சந்தையில் நம்பமுடியாத உயர்வைத் தனது சந்தேகக் கண்களால் உற்றுநோக்கத் தொடங்கியது.

'செபி' என்று அழைக்கப்படும் இந்திய பங்கு மற்றும் பரிவர்த்தனை வாரியம், இந்தியாவில் பங்குச் சந்தைகள், நிதி அமைப்புகள் ஆகியவற்றை ஒழுங்குபடுத்தும் அரசின் கட்டுப்பாட்டு அமைப்பு. மும்பையைத் தலைமை இடமாகக் கொண்டு செயல்படுகிறது.

செபியின் சுறுசுறுப்பைப் பார்த்ததும் ரிசர்வ் வங்கியும் சுறுசுறுப்பை வரவழைத்துக் கொண்டு பங்குச் சந்தையில் சில கட்டுப்பாடுகளை விதித்தது.

தரமற்ற, பல சிறிய நிறுவனங்களின் பங்குகள் திடீரென்று விண்ணளவு உயர்ந்து நிற்பதற்குக் காரணம்தான் என்ன?

சில பங்குத் தரகர்கள், அடிப்படையே இல்லாத பங்குகளை அதிகமாக வாங்கிக் கொண்டு, அதன் விலையை உயர்த்தி, சாதாரண முதலீட்டாளர்களை அந்தப் பங்குகளை நோக்கிக் கவர்ந்திழுப்பது ஆய்வில் தெரியவந்தது.

பங்குகளின் விலை உயர்ந்து கொண்டே இருப்பதைப் பார்த்ததும் சாதாரண முதலீட்டாளர்கள் ஆசை காரணமாக அந்தப் பங்குகளை வாங்க ஆரம்பித்தனர்.

ஆனால் ஹர்ஷத் மேத்தா, கேத்தன் பரேக் போன்ற கிங்கரர்கள் தங்கள் பங்கு முழுவதையும் விற்றுக் காசாக்கிக் கொள்வார்கள்.

சாதாரண பங்குச்சந்தை வர்த்தகத்தில் ஈடுபட்டவர்கள் இந்தப் பங்குகளை வாங்கியதும் அதன் மதிப்பு அதலபாதாளத்திற்குச் சென்றுவிடும்.

பங்குச்சந்தையின் பெரும்பாலான அப்பாவி முதலீட்டாளர் கள் இந்த அயோக்கியர்களால் முட்டாள்களாக்கப்பட்டனர்.

ஹர்ஷத் மேத்தாதான் இந்தியப் பங்குச்சந்தையில் முதன் முதலாக இவ்வாறு விலையை உயர்த்தும் டெக்னிக்கை அறிமுகப் படுத்தியவர்.

இதன்பிறகே சில கட்டுப்பாடுகளை செபி விதித்தது. அத்துடன் பங்குச்சந்தையின் நடவடிக்கைகளைக் கண்ணில் விளக்கெண்ணெய் ஊற்றிக் கொண்டு கூர்ந்து கவனித்தது.

இந்தியப் பங்குச்சந்தையில் இருந்த ஓட்டைகளைத் தனக்குச் சாதகமாகப் பயன்படுத்திக் கொண்டு உதவாக்கரை நிறுவனங்களின் பங்குகளை எல்லாம் உயரச் செய்தார் ஹர்ஷத் மேத்தா.

300 ரூபாயாக இருந்த ஏசிசி நிறுவனப் பங்குகளை 10 ஆயிரம் ரூபாய் வரை உயர்த்தச் செய்தார். ரிலையன்ஸ், டிஸ்கோ என்று பல நிறுவனங்களின் பங்குகள் பங்குச் சந்தையை எட்டாத உயரத்திற்குக் கொண்டு சென்றது சுவாரஸ்ய உண்மை.

எனினும் இதன் பின்விளைவுகள் யாருமே எதிர்பாராத நிலையில் படுமோசமாக அமைந்தது. விலை உயர்த்தப்பட்ட பங்குகள் வர்த்தகத்திற்குத் தகுதியற்றவையாக அறிவிக்கப்பட்டது.

இந்த அசாதாரண நிலைப்பாட்டால் சாதாரண நடுத்தர வர்க்கத்தினரின் சேமிப்புகள் முற்றிலுமாக கரைந்து காணாமல் போயின. லட்சக்கணக்கிலும், கோடிக் கணக்கிலும் இழப்பு ஏற்பட்டதைத் தாங்க முடியாமல் சிலர் தற்கொலை செய்து கொண்ட சோகச் சம்பவங்களும் நிகழ்ந்தன.

மும்பைப் பங்குச் சந்தையில் ஹர்ஷத் மேத்தாவின் திருவிளையாடல் எத்தகைய தாக்கத்தை ஏற்படுத்தியது தெரியுமா?

பிஎஸ்இ (BSE) என்னும் மும்பைப் பங்குச் சந்தையின் குறியீடு 1991ஆம் ஆண்டு பிப்ரவரி மாதம் ஆயிரமாக இருந்தது. 1992ஆம் ஆண்டில் இது 4 ஆயிரத்து 500ஐ எட்டியது.

இந்த உயர்வுக்கு முழுமுதற்காரணகர்த்தா ஹர்ஷத் மேத்தா என்பதால் அவருக்கு நாடு முழுவதும் மிகப் பெரிய வரவேற்பு கிடைத்தது. நாட்டின் முக்கிய வணிகப் பத்திரிகைகளின் அட்டைப் படத்தில்கூட ஹர்ஷத் மேத்தாவின் புன்னகைத்த படங்கள் பிரசுரிக்கப் பட்டன.

பங்குச் சந்தையின் உயர்வைக் கணித்து, பங்குகளை ஆய்வு செய்து, அவர் தெளிவாக முதலீடு செய்ததாகவே அனைவரும் கருதினர்.

இதன்காரணமாக அவரை ‘பிக் புல்’ (Big Bull) என்று புகழ்ந்து கூறத் தொடங்கினார்கள்.

பங்குச் சந்தையின் வெற்றிக்குத் தானே காரணம் என்பதைப்

போல அவரும் சிம்பாலிக்காகக் காண்பிக்கும் விதமாக மும்பை மிருகக்காட்சி சாலையில் உள்ள கரடிகளுக்கு அவர் வேர்க்கடலை கொடுப்பது போன்று புகைப்படங்களுக்குப் போஸ் கொடுத்தார்.

அதாவது, பங்குச் சந்தையின் உயர்வும், தாழ்வும் காளை மற்றும் கரடிகளுக்கு இடையே நடக்கும் சண்டை என்றே சொல்வது வழக்கம். இதில் காளைகள் உயர்வைக் குறிக்கும். கரடிகள் தாழ்வைக் குறிக்கும்.

ஆனால் இந்த சிம்பாலிக் புகைப்படம்தான் ஹர்ஷத் மேத்தாவின் ஊழலை அம்பலப்படுத்துவதற்குத் துணையாக இருந்தது.

கரடிகளுக்கு வேர்க்கடலை கொடுப்பதற்கு என்ன காரணம் என்று மற்றொரு கோணத்தில் யோசிக்க ஆரம்பித்தார் மும்பை பத்திரிகையாளர் சுசித்தா தலால்.

சாதாரண ஊழியராகப் பணியாற்றிய ஹர்ஷத் மேத்தா பங்குச் சந்தையின் அசைக்க முடியாத மன்னராக மாறியதன் பின்னணி இரகசியம் என்னவென்று அவர் சிந்திக்கத் தொடங்கினார்.

சுசித்தா தலால்

கோடிக்கணக்கில் அவரிடம் எப்படித் திடீரென்று பணம் புரளத் தொடங்கியது?

அப்போதுதான் உலகிலேயே புதிதாக அறிமுகமாகிய 'டயோட்டா லெக்சஸ்' காரை இறக்குமதி செய்ததோடு, அதில் ரொம்பப் பந்தாவாக ஸ்டேட் பாங்கிற்கு வருவதும் போவதுமாக இருந்தார்.

இது எப்படி சாத்தியமாயிற்று?

திடீர் கோடீஸ்வரரான ஹர்ஷத் மேத்தாவிற்கும், ஸ்டேட் பாங்கிற்கும் என்ன தொடர்பு?

அடிக்கடி இந்த வங்கிக்கு அவர் வந்து போவதன் இரகசியம் என்ன?

புத்தம் புதிய டயோட்டா லெக்சஸ் கார் பலரின் கண்களை உறுத்தியதைப்போலவே வேறொரு கோணத்தில் சுசித்தாவின் மூளையை யோசிக்க வைத்தது.

இதனைப் பற்றிய தனது ஆராய்ச்சியில் ஈடுபட்டார். வங்கி அலுவலர்கள் உள்ளிட்ட பலமுனைகளில் தனது துப்பறியும் நடவடிக்கைகளைத் தீவிரப்படுத்தினார்.

மிகப் பெரிய இரகசிய உண்மை அவருக்குத் தக்க ஆதாரங்களுடன் கிடைத்தது.

அது என்ன உண்மை?

ஸ்டேட் பாங்க் ஆஃப் இந்தியாவில் பல ஆண்டுகளாகப் பணியாற்றிய அதிகாரி பல்தேக்கர். மராட்டிய மாநிலத்தில் மும்பை தவிர பிற சிறு நகரங்கள் மற்றும் கிராமங்களில் பணிபுரிந்த அனுபவம் உள்ளவர்.

மும்பையில் வசித்த குடும்பத்தை விட்டு இவ்வாறு வெளியூர் களில் பணியாற்றியதால் ஒருவகையான அலுப்பு ஏற்பட்டு, கடைசியாக மும்பை தலைமை அலுவலகத்தில் உயர் மேலாளராக மாற்றப்பட்டார்.

அவரது கெட்ட நேரம் இங்குதான் ஆரம்பமாகியது.

அரசு கடன் பத்திரங்கள் இந்தத் தலைமை அலுவலகத்தில் இருப்பதுதான் வழக்கம். கடன் பத்திரங்கள் மட்டுமல்லாமல் எஸ்ஜிஎல் (Statutory General Ledgers) கணக்கும் இங்குதான் வைக்கப்பட்டிருக்கும்.

இவற்றைக் கண்காணித்து பாதுகாக்கும் பொறுப்பு 'கஸ்டடியன்' (custodian) என்பவருக்கு மட்டுமே உண்டு. ஆனால் துரதிர்ஷ்டவசமாக இந்தப் பதவிக்கு யாரும் நியமிக்கப்படாததால் சீதாராமன் என்னும் உயரதிகாரியே இதற்கும் பொறுப்பாக நியமிக்கப்பட்டிருந்தார்.

ஆக, சீதாராமன் கையெழுத்திட்டுவிட்டால் மற்ற அதிகாரிகள் அதற்கு விளக்கம் ஏதும் கேட்காமல் கண்ணை மூடிக் கொண்டு கையெழுத்திடுவது வழக்கம்.

கடன் பத்திரங்கள் வங்கி மற்றும் நிதி நிறுவனங்களிடம்தான் இருக்கும். இந்தக் கடன் பத்திரங்களை அவைகளுக்கு இடையே பரிமாறிக் கொள்வதற்கு அத்தாட்சியாக எஸ்ஜிஎல் ரிசிப்ட்ஸ் கொடுக்கப்படும். அதாவது கடன் பத்திரங்களை விற்கும் வங்கியின் எஸ்ஜிஎல் கணக்கில் இருந்து விற்கும் பத்திரங்கள் கழித்துக் கொள்ளப்படும். அதேவேளை, அந்தப் பத்திரங்களை வாங்கும் வங்கிக் கணக்கில் இது வரவு வைக்கப்படும்.

இந்த ரிசிப்ட்ஸ்களை வைத்துத்தான் ஹர்ஷத் மேத்தா தனது கிரிமினல் ஆட்டத்தைத் தொடங்கினார். ஆனால் இந்த ஆட்டத்தில் அப்பாவி வங்கி அதிகாரி பல்தேக்கர் சிக்கிக் கொண்டார்.

வங்கியின் முக்கிய பொறுப்பில் இருந்த சீதாராமனை முதலில் தனது வலையில் சிக்க வைத்தார்.

ஸ்டேட் பாங்க்தான் பங்குகளை விற்பனை செய்யும் என்பதால் இந்த வங்கியின் பெயரில் கடன் பத்திரங்களை விற்கத் தொடங்கினார்கள் ஹர்ஷத் மேத்தா + சீதாராமன்.

என்எச்பி எனப்படும் நேஷனல் ஹவுசிங் போர்டு நிறுவனம் (National Housing Board) பத்திரங்களை வாங்கிக் கொள்ளும் வகையில் அதனையும் தயார்ப்படுத்திக் கொண்டார் ஹர்ஷத் மேத்தா. எனவே என்எச்பி பத்திரத்தைப் பெற்றுக் கொண்டு பணம் கொடுக்கிறது.

இவை அனைத்துமே தரகர் ஹர்ஷத் மேத்தா மூலமாகவே நடைபெறுகிறது.

இப்படித்தான் கோடிக் கணக்கில் ஹர்ஷத் மேத்தாவிடம் பணம் புரளத் தொடங்கியது. அந்தப் பணம்தான் பங்குச் சந்தையில் புரண்டது.

ஆனால் இந்த சூழ்ச்சிகள் எதுவுமே தெரியாத பல்தேக்கர், கையெழுத்திட்ட ஒரே காரணத்திற்காக தற்காலிக பணி நீக்கம் செய்யப்பட்டார். அவரது வங்கிக் கணக்குகள் முடக்கப்பட்டன. சிறுகச் சிறுக சேமித்த வீடு, நகைகள் அனைத்தும் அரசின் கட்டுப் பாட்டிற்குள் சென்றுவிட்டன.

கடைசியில் தனது அன்றாடச் செலவுகளுக்காக வங்கி ஊழியர் சங்கம் திரட்டிக் கொடுத்த நிதியில் வாழ்க்கையை ஓட்ட வேண்டிய பரிதாப நிலை ஏற்பட்டது.

மேலும் இந்த ஊழல் காரணமாக சமூகத்தின் முன்பாகத் தலைநிமிர்ந்து நிற்க முடியாத அவமானம் காரணமாக சில வங்கி அதிகாரிகள் தற்கொலை செய்த கொடுமையும் நிகழ்ந்தது.

எனினும் எஸ்ஜிபி ரிசிப்ட்ஸ் மட்டுமே இந்த ஊழலுக்குக் காரணமாக இருந்துவிடவில்லை. பிஆர் (BR) என்று சுருக்கமாக அழைக்கப்படும் பாங்க் ரிசிப்ட்டும் (Bank Receipt) பயன்படுத்தப்பட்டுத்தான் பல கோடி ரூபாய் மதிப்பிலான இந்த ஊழல் நடைபெற்றது.

அதாவது பத்திரங்கள் இல்லாமலேயே பத்திரங்களை விற்கும் முறைக்கு இந்த பிஆர் ரொம்பவும் உதவியாக இருந்தது. பத்திரங்கள் இருக்க வேண்டும் என்றோ, பங்குகள் இருக்க வேண்டும் என்றோ அவசியம் கிடையாது. இவை இல்லாமலேயே உங்களால் பத்திரங்களை விற்க முடியும்; பங்குகளையும் விற்க முடியும்.

இதைக் கேட்டால் உங்களுக்குத் தலை சுற்றலாம்.

ஆனால் அதுதான் உண்மை.

வங்கிச் சட்டத்தில் இருந்த நுணுக்கமான ஆனால் பெரிய ஓட்டை, உடைசல்.

உங்களுக்குப் பணம் அத்யாவசியத் தேவை. நகைதான் இருக்கிறது. அதை விற்றுத்தான் பணத்தைப் பெற முடியும் என்ற நிலை.

ஆக, நகையைக் கொண்டுபோய்க் கொடுத்தால்தான் நகைக் கடைக்காரரிடம் நீங்கள் பணம் வாங்க முடியும்.

இதுதான் யதார்த்தம்.

ஆனால் நகையே இல்லாமல், ஐந்து சவரன் நகை இருப்பதாகக் கூறி, கடைக்காரரிடம் அதற்குரிய பணத்தைப் பெற

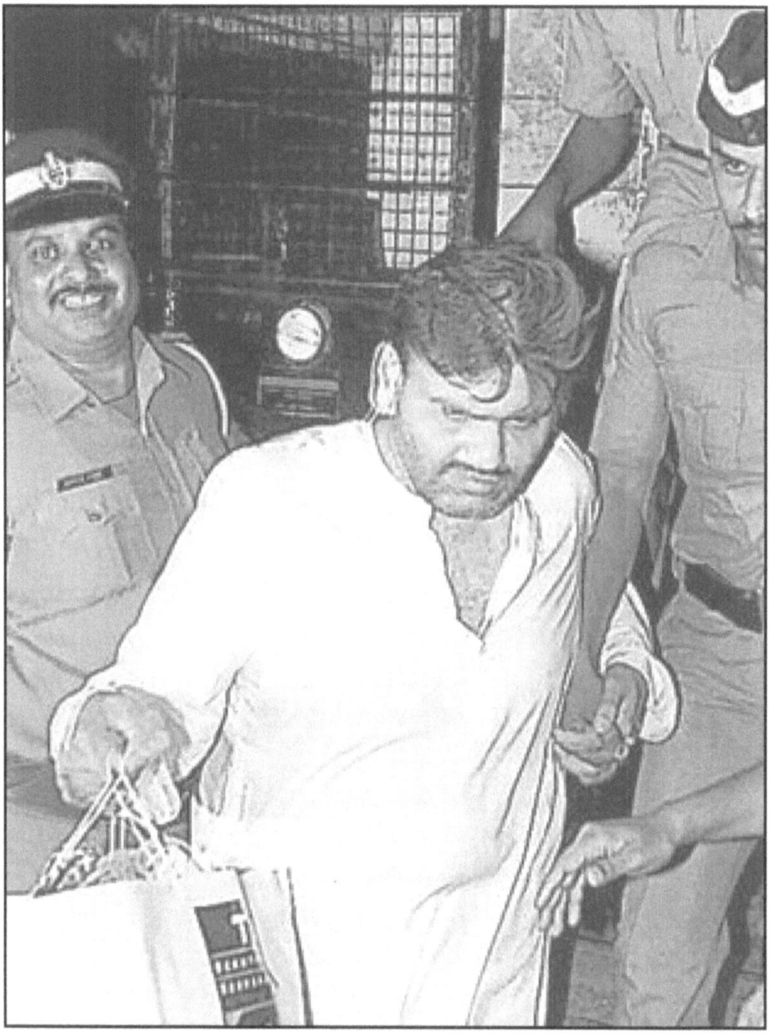

ஹர்ஷத் மேத்தா

முடியுமா என்று கேட்டால் முடியாது என்று சொல்வீர்கள்.

ஆனால் முடியும் என்பதை ஹர்ஷத் மேத்தா செய்து காண்பித்தார்.

ஒரு பொருளைக் கொடுத்துத்தான் பணம் பெற முடியும் என்றாலும் பங்குகளிலும், பத்திரங்களிலும் பொருள் இல்லாமலேயே விற்க முடியும்.

பத்திரங்கள் எதுவும் இல்லாமல் ஏதாவதொரு வங்கியில் பிஆர் பெற்றுவிட முடியும். அதனைப் பயன்படுத்தி ரெப்போ என்னும் வர்த்தகம் மூலம் பிற வங்கிகளுக்கு விற்பார்கள். அதனை விற்கின்ற வங்கிக் கொடுக்கும் காசோலையைத் தங்களின் வங்கிக் கணக்கில் சேர்த்து விடுவார்கள். இந்த மாதிரியான செயல்களுக்காக சில சிறிய வங்கிகளைத் தங்கள் கைக்குள் போட்டுக் கொள்வார்கள்.

அப்படித்தான் கர்நாடக வங்கி, மெட்ரோபாலிட்டன் கூட்டுறவு வங்கி போன்ற சில சிறிய வங்கிகளின் உயரதிகாரிகளைத் தங்களின் இந்த ஊழலுக்குத் துணையாகப் பயன்படுத்திக் கொண்டது ஹர்ஷத் மேத்தா அன்ட் கோ.

இவ்வாறு வங்கிகளில் இருந்து பெறப்பட்ட பணத்தை பங்குச் சந்தையில் முதலீடு செய்தனர். அப்புறம் ஏற்கெனவே கூறியதுபோல பங்குகளின் மதிப்பைத் திடீரென்று கூட்டுவதும், குறைப்பதுமான வித்தைகளைச் செய்து, பல அப்பாவிகளைக் கதறவிட்டு, கோடிக் கணக்கில் பணத்தைச் சுருட்டினர்.

பங்குச்சந்தையின் ஏற்றத்தைப் பார்த்த சிறு முதலீட்டாளர்கள் பலர், கடன் வாங்கி சந்தையில் முதலீடு செய்யத் தொடங்கினர்.

பல வருடச் சேமிப்பு பங்குச் சந்தையில் முதலீடு செய்யப் பட்டது. தங்கள் ஓய்வூதியத்தையும் பங்குச்சந்தையில் முதலீடு செய்த பரிதாப நிகழ்வும் உண்டு.

ஹர்ஷத் மேத்தா முதலீடு செய்த அந்தப் பங்குகளில் தான் அவர்களும் முதலீடு செய்தனர். அப்போதுதான் அந்தப் பங்குகளின் மதிப்பு உயரும் என்றும், நல்ல லாபம் கிட்டும் என்றும் கருதினர்.

அப்படித்தான் கர்நாடகா பால் பியரிங், மஸ்தா லீசிங் போன்ற ஊர்பேர் தெரியாத நிறுவனப் பங்குகள் எல்லாம் நினைத்தே பார்க்க முடியாத அளவிற்கு விற்பனையாகியது.

இப்படி ஹர்ஷத் மேத்தாவின் கிரிமினல் யோசனைக்கு நல்ல பலன் கிடைத்தது.

கோடிக்கணக்கான ரூபாய் அளவிற்கு இந்த ஊழல் நடந்தது என்றால் அதற்கு வங்கி உயரதிகாரிகளின் ஒத்துழைப்பு கண்டிப்பாக இருந்திருக்க வேண்டும். அவ்வாறு இல்லாமல் நடக்க வாய்ப்பே இல்லை.

எனவேதான் இந்த ஊழல் மோசடியில் ஹர்ஷத் மேத்தா பலிகடா ஆக்கப்பட்டார் என்றும், பல பெரிய மீன்கள் வலையில்

சிக்காமல் தப்பிவிட்டதாகவும் ஓர் குற்றச்சாட்டு அப்போது எழுந்தது.

இந்தக் குற்றச்சாட்டை அத்தனை எளிதாகத் தள்ளிவிடவும் முடியாது.

இத்தனை உண்மைகளையும் திரட்டிய பத்திரிகையாளர் சுசித்தா, 1992ஆம் ஆண்டு ஏப்ரல் மாதம் 23ஆம் தேதி அன்று 'டைம்ஸ் ஆஃப் இந்தியா' தினசரியில் ஸ்டேட் பாங்க் ஆஃப் இந்தியா வங்கியின் பல கோடி ரூபாய் மதிப்பிலான அரசு கடன் பத்திரங்கள் மாயமாக மறைந்து போனதைச் செய்தியாக வெளியிட்டார்.

அத்துடன் இந்த மோசடியில் ஹர்ஷத் மேத்தாவின் புத்திசாலித்தனமான தொடர்பையும் அம்பலப்படுத்தினார்.

பிரபலமான பத்திரிகையில் இந்தச் செய்தி பிரசுரமாகி இருந்ததால் நாடு முழுவதும் ஒரே நாளில் பரபரப்பாகியது.

கேத்தன் பரேக்

பொருளாதார சீர்திருத்தத்தை மேற்கொண்டிருந்த நரசிம்மராவ் அரசையே இது நடுநடுங்க வைத்துவிட்டது.

இந்தியப் பங்குச் சந்தையில் அதுவரை யாருமே நினைத்துக் கூடப் பார்த்திராத வகையில் நடைபெற்ற மிகப்பெரிய ஊழல் இது.

"இந்தியப் பங்குச் சந்தையின் கனமான மாபெரும் இரகசியத்தை எளிதாக உடைத்துவிட்டீர்கள். வாழ்த்துக்கள்" என்று சுசித்தாவிடம் பின்னர் ஹர்ஷத் மேத்தா கூறிய சம்பவமும் உண்டு.

இந்த ஊழலுக்குப் பிறகு அடுத்தடுத்து 44 வழக்குகள் ஹர்ஷத் மேத்தா மீது பதிவு செய்யப்பட்டது. இவற்றில் மாருதி நிறுவனத்தில் 38 கோடி ரூபாய் கையாடல் செய்த வழக்கும் ஒன்று.

இந்த வழக்கில் தீர்ப்பு வெளியாகி ஐந்து ஆண்டுகள் கடுங்காவல் தண்டனையும் ஹர்ஷத் மேத்தாவிற்குக் கிடைத்தது. எனினும் தன்னைக் குற்றமற்றவர் என்று கூறி உச்சநீதிமன்றத்தில் மேல்முறையீடு செய்தார்.

ஹர்ஷத் மேத்தா உயிருடன் இருந்த வரையில் இந்த ஒரு வழக்கைத் தவிர வேறு எந்த வழக்கிலும் குற்றம் நிரூபிக்கப் படவில்லை என்பது குறிப்பிடத்தக்கது.

எனினும் சிறையில் அடைக்கப்பட்ட ஹர்ஷத் மேத்தா பின்னர் ஜாமீனில் வெளியே வந்தார்.

அதன்பிறகும் அவரால் கையை, காலை வைத்துக் கொண்டு சும்மா இருக்க முடியவில்லை. அவர் பிறந்த ராசி அப்படியோ என்னவோ தெரியவில்லை, 1997ஆம் ஆண்டு மறுபடியும் தனது இரண்டாம் கட்ட ஆட்டத்தைத் தொடங்கினார்.

தனக்காக ஹர்ஷத் டாட் காம் என்னும் பெயரில் இணைய தளம் ஒன்றைத் தொடங்கினார். அப்போது கம்ப்யூட்டர், இணையதளம் போன்றவை அவ்வளவாகப் பிரபலமாகாத நிலை. இருப்பினும் எதிர்காலத்தில் இதன் தேவை நிச்சயம் இருக்கும் என்பதை அப்போதே அவர் கணித்திருக்க வேண்டும்.

இதில் பங்குச் சந்தை பற்றிய பல கட்டுரைகளை வெளியிட்ட தோடு, அதுகுறித்து நிறைய டிப்ஸூம் கொடுத்தார். இந்த டிப்ஸ் அனைத்துமே அவர் உயர்த்தப் போகும் பங்குகளுக்கான டிப்ஸ்.

அதாவது பங்குச்சந்தை முதலீட்டாளர்களைத் தனது பொறிக்குள் சிக்க வைக்கும் டிப்ஸாகவே இருந்தது. குறிப்பாக

பிபிஎல், வீடியோகான், ஸ்டெர்லைட் போன்ற நிறுவனப் பங்குகளைப் பற்றிய டிப்ஸ்.

ஹர்ஷத்தின் இரண்டாவது ஆட்டத்தில் பிபிஎல், வீடியோகான், ஸ்டெர்லைட் மற்றும் தம்யந்தி உள்ளிட்ட நிறுவனங்கள் கூட்டு சேர்ந்துகொண்டன.

முக்கியமாக மும்பை பங்குச்சந்தை இயக்குநர்களில் ஒருவரான ராஜேந்திர பாந்தியா என்பவரின் பினாமி பங்குத் தரகு நிறுவனமும் ஹர்ஷத்துடன் கைகோர்த்துக் கொண்டது.

ஆக, அப்படியும் இப்படியுமாக முப்பதுக்கும் மேற்பட்ட தரகு நிறுவனங்களைத் தன்னோடு சேர்த்துக் கொண்டார் ஹர்ஷத்.

ஏற்கெனவே தனியொருவனாகவே களத்தில் இறங்கி, தனது கிரிமினல் மூளையைப் பயன்படுத்தி கோடிக் கணக்கில் சுருட்டிய ஹர்ஷத் மேத்தாவிற்கு இப்போது கிடைத்திருப்பது மெகா கூட்டணி. இந்த அரிய வாய்ப்பை விட்டுவிடுவாரா என்ன?

இந்தக் கூட்டணியில் இணைந்த நிறுவனங்களின் பங்குகள் மூன்றே மாதங்களில் வேகமாக உயர்ந்தன. அதாவது 1998ஆம் ஆண்டு துவக்கத்தில் 100 முதல் 180 ரூபாய் வரை மட்டுமே இருந்த பிபிஎல் பங்கு, அடுத்த மூன்றே மாதங்களில் 445 ரூபாய்க்கு எகிறியது.

அதேபோல வீடியோகான் நிறுவனப் பங்குகள் 25 ரூபாய் மட்டுமே இருந்தது. மூன்றே மாதத்தில் 165 ரூபாய்க்கு உயர்ந்தது.

இதில் பிபிஎல் பங்குகள் மொத்தம் 55 லட்சம் வெளியிடப் பட்டது. அதில் 30 லட்சத்திற்கும் மேற்பட்ட பங்குகளை ஹர்ஷத் மேத்தா கூட்டணியே வைத்திருந்தன.

ஆக, மூன்றே மாதங்களில் தங்கள் கைவசம் வைத்திருந்த பங்குகளின் மதிப்பை போலியாக இவர்களே உயரச் செய்து பெரும் லாபம் சம்பாதித்தார்கள்.

ஒரு தரகர் தனக்காக நிர்ணயிக்கப்பட்ட எல்லையை அடைந்துவிட்டால், மற்றொரு தரகர் மூலமாக வர்த்தகத்தை நடத்துவார்கள். கிடைக்கும் லாபத்தைத் தங்களுக்குள் பகிர்ந்து கொண்டனர்.

இது மட்டுமல்லாமல் மற்றொரு அதிர்ச்சியான புதிய முயற்சி யையும் இந்த இரண்டாம் கட்ட ஆட்டத்தில் செய்தார் ஹர்ஷத்.

மும்பைப் பங்குச் சந்தையான பிஎஸ்இல் (BSE) பங்கு வர்த்தகம் செய்ததுபோல போலியான பரிமாற்றங்களையும் திணித்தார்கள். பிஎஸ்இ அமைப்பின் மிக உயரிய பதவியில் இருந்த அதிகாரிகள் சிலரும் ஹர்ஷத்தின் மோசடிச் செயலுக்கு உடந்தை யாக இருந்ததால் போலியாக வர்த்தம் நடந்ததைப் போன்று பிஎஸ்இ கம்ப்யூட்டர்களில் திருத்தங்கள் செய்ய முடிந்தது.

எனினும் முதலாவது ஆட்டத்தைப்போல இரண்டாவது ஆட்டத்தில் அதிகளவில் பணத்தை சுருட்ட முடியவில்லை என்றே சொல்ல வேண்டும்

1997ஆம் ஆண்டு தொடங்கிய இந்த ஊழல் பின்னர் வெளிச்சத்திற்கு வந்ததை அடுத்து 2001ஆம் ஆண்டு நவம்பர் மாதம் மறுபடியும் கைது செய்யப்பட்டார் ஹர்ஷத் மேத்தா. அவரது சகோதரர்களும் கைது செய்யப்பட்டனர்.

டிசம்பர் மாதம் 31ஆம் தேதி. புத்தாண்டு பிறக்கும் சந்தோஷ பூரிப்பில் உலகமே இருந்தபோது நள்ளிரவில் தனக்கு நெஞ்சு வலிப்பதாக ஹர்ஷத் மேத்தா கூறினார். உடனடியாக சிறை அதிகாரிகளால் மருத்துவமனையில் அனுமதிக்கப்பட்டார்.

வழக்கமாக உடற்பயிற்சி செய்வதைக் காட்டிலும் அன்றைய தினம் கூடுதலாக அரை மணி நேரம் உடற்பயிற்சி செய்தார். மருத்துவமனையில் உற்சாகமாகவே இருந்தார்.

பின்னர் மருத்துவர்கள் அவரது உடல்நிலையை சாதாரண மாக பரிசோதனை செய்து கொண்டிருக்கும்போதே திடீரென்று மாரடைப்பு ஏற்பட்டது.

மருத்துவர்கள் எவ்வளவோ முயற்சி செய்தும் பலனில்லை. ஹர்ஷத் மேத்தா உயிர் பிரிந்தது.

புகழின் உச்சியில் இருந்தபோது 15 ஆயிரம் அடி பரப்பளவு உள்ள பெரிய வீடு, நீச்சல் குளம், கோல்ஃப் மைதானம், இறக்குமதி செய்யப்பட்ட கார்கள் என்று வசதியாகவும், ஆடம்பரமாகவும் வாழ்ந்த ஹர்ஷத் மேத்தா, இறக்கும் தருவாயில் ஒரு மிகச் சாதாரண மருத்துவமனையில் உயிரிழந்து போனார்.

பலரையும் ஏமாற்றி கோடிகோடியாகச் சம்பாதித்ததால் கிடைத்த லாபம்தான் என்ன?

ஹர்ஷத் மேத்தாவைக் குருவாகக் கொண்டு பங்குச் சந்தை ஊழலைத் தொடர்ந்தவர் கேத்தன் பரேக். 1999 மற்றும் 2000

ஆண்டுகளில் பங்குச் சந்தையில் 6 ஆயிரத்து 400 கோடி ரூபாய் அளவிற்கு மோசடி செய்தார்.

கேத்தன் பரேக்கின் ஊழலுக்குப் பெரிதும் உதவியாக இருந்தது அகமதாபாத்தில் உள்ள கூட்டுறவு வங்கியாகும். ஆனால் கூட்டுறவு வங்கிகள் தனது முழுக்கட்டுப்பாட்டில் வரவில்லை என்று கூறி ரிசர்வ் வங்கி தப்பித்தது.

கேத்தன் பரேக்கை சிபிஐ கைது செய்து, அவரது வங்கிக் கணக்குகளையும் முடக்கியது. சுவிஸ் வங்கியில் 340 கோடி ரூபாயை பதுக்கி வைத்திருந்ததையும் கண்டுபிடித்த சிபிஐ, அதனையும் முடக்கியது.

2008ஆம் ஆண்டு இவர் நீதிமன்றத்தால் தண்டிக்கப்பட்டார். இதனையடுத்து 2009 ஆம் ஆண்டு முதல் 2017ஆம் ஆண்டு வரை பங்குச் சந்தையில் இவர் நுழைவதற்குத் தடை விதிக்கப்பட்டது.

சர்க்கரை இறக்குமதி ஊழல்

கரும்பு உற்பத்தி எதிர்பாராதவிதமாகக் கடும் வீழ்ச்சி அடைந்தது. எனவே 1994ஆம் ஆண்டு சர்க்கரை உற்பத்தி பெருமளவு குறைந்து தேவை அதிகரித்தது. சர்க்கரையை இறக்குமதி செய்ய வேண்டும் என்று உணவுத்துறை செயலர் பல நினைவூட்டல் கடிதங்களை மத்திய உணவுத்துறை அமைச்சருக்கு எழுதினார். ஆனால் அதனை அப்போதைய உணவுத்துறை அமைச்சர் கமல்நாத் ராய் பொருட்படுத்தாமல் அலட்சியப்படுத்தி விட்டார்.

இந்த இடைவெளியைப் பயன்படுத்தி உள்நாட்டு சர்க்கரை உற்பத்தியாளர்கள் கொள்ளை லாபம் சம்பாதித்தனர். சந்தையில் சர்க்கரையின் விலையை முடிந்த அளவிற்கு அதிகப்படுத்தினர்.

சர்க்கரையின் திடீர் விலையேற்றம் மிகப் பெரிய அளவில் மக்களைப் பாதித்தது. அதன்பிறகே எதிர்க்கட்சிகளும் இந்த விஷயத்தில் தீவிரக் கவனம் செலுத்த ஆரம்பித்தன. பின்னர் அரசு சர்க்கரையை இறக்குமதி செய்தது.

இதில், 650 கோடி ரூபாய் அளவிற்கு ஊழல் நடைபெற்றதாக குற்றச்சாட்டு எழுந்தது.

இதுகுறித்து விசாரிக்க 'கியான் பிரகாஷ் விசாரணைக் கமிஷன்' ஒன்றை அப்போதைய பிரதமர் பி.வி. நரசிம்மராவ் நியமித்தார்.

இந்தக் கமிஷன் சந்தையில் சர்க்கரை கிடைக்காமல் மக்கள் அவதியடைவதற்குக் காரணம் மத்திய அமைச்சர் கல்பனாத் ராய் மட்டுமே என்றும், சர்க்கரை ஆலைகளுக்கு விலையேற்றம் காரணமாக லாபம் சம்பாதித்துக் கொடுக்க வேண்டும் என்ற எண்ணத்தில் செயல்பட்டார் என்று குற்றம் சாட்டியது. கல்பனாத் ராய் மீது நடவடிக்கை எடுக்குமாறு பரிந்துரையும் செய்தது.

ஆனால் நேரம் இல்லாத காரணத்தால் அதை முழுவதுமாகப் படிக்க முடியவில்லை என்று பிரதமர் தெரிவித்தார். ஏழு மாதங்கள் கடந்தும் அந்த அறிக்கை நாட்டுக்குத் தெரிவிக்கப்படவில்லை என்பதால், அந்த அறிக்கையின் நகலை எப்படியோ ஒரு செய்தியாளர் கைப்பற்றிவிட்டார்.

அறிக்கையில் அமைச்சர் மீது குற்றம் சுமத்தப்பட்டிருந்தது. ஆனால் இதுதொடர்பாக எந்த நடவடிக்கையும் மேற்கொள்ளப் படவில்லை.

சர்க்கரை இறக்குமதி மற்றும் கடுமையாக உயர்த்தப்பட்ட விலை காரணமாக பொதுமக்களின் 5 ஆயிரம் கோடி ரூபாயை வர்த்தகர்கள் கொள்ளையடித்து விட்டனர்.

எனினும் இந்தக் கமிஷன் அறிக்கை கடைசி வரை கிடப்பில் போடப்பட்டுவிட்டது என்பதுதான் வேதனையான உண்மை.

புரூலியா ஆயுதங்கள் வீசப்பட்ட ஊழல்

மேற்கு வங்க மாநிலம் புரூலியா மாவட்டத்தின் சில கிராமங்கள் மீது 1995ஆம் ஆண்டு டிசம்பர் மாதம் 17ஆம் தேதி அன்று விமானத்தில் இருந்து ஏராளமான ஆயுதங்கள் கீழே வீசப்பட்டன. இதில் நூற்றுக்கணக்கான ஏ.கே. 47 ரக துப்பாக்கிகள், பல லட்சம் பெறுமானமுள்ள தோட்டாக்கள் இருந்தன.

அந்த விமானம் ஐரோப்பாவில் உள்ள லாத்வியா என்னும் நாட்டைச் சேர்ந்தது என்பது பின்னர் தெரியவந்தது. இவ்வாறு ஆயுதங்களைக் கீழே வீசிவிட்டு இந்திய எல்லையை விட்டு வேகமாக வெளியேறிவிட்டது.

ஆனால் இதே விமானம் மீண்டும் இந்திய எல்லைக்குள் நுழைய முயன்றபோது இந்திய விமானப்படையினர் அதனை மடக்கிப் பிடித்து மும்பையில் தரையிறங்கச் செய்தனர்.

அந்த விமானத்தில் பிரிட்டனைச் சேர்ந்த பீட்டர் பிளீச் என்பவரும், டென்மார்க் நாட்டைச் சேர்ந்த கிம் டேவி என்பவரும்

புரூலியாவில் வீசப்பட்ட ஆயுதங்கள்

இருந்தனர். அவர்களைக் கைது செய்து ஆயுதங்களை வீசியதன் பேரில் அவர்கள் மீது வழக்கு பதிவு செய்யப்பட்டது.

இச்சம்பவத்தின் பின்னணியில் 'ஆனந்த மார்க்' என்னும் இந்து தீவிரவாத அமைப்பு இருந்தது விசாரணையில் தெரியவந்தது. மேலும் இந்தப் பணியைச் செய்வதில் நாடாளுமன்ற உறுப்பினர் ஒருவரின் முழுஆதரவும் அவர்களுக்கு இருந்துள்ளது. ஆயுதங்களை வீசிய பிறகு அவர்களை நேபாள எல்லையில் பாதுகாப்பாகக் கொண்டு போய் விடுவதற்கும் அந்த உறுப்பினரே உறுதுணையாக இருந்துள்ளார்.

இந்தத் தகவலைக் குற்றம்சாட்டப்பட்ட கிம் டேவியே தொலைக்காட்சி பேட்டி ஒன்றில் தெரிவித்துள்ளார்.

அத்துடன் அவர் இன்னொரு பயங்கரமான தகவலையும் வெளியிட்டார். மேற்கு வங்கத்தில் அப்போது ஜோதிபாசு தலைமையிலான இடதுசாரி அரசு பதவியில் இருந்தது. ஜோதிபாசு ஒரு அசைக்க முடியாத தலைவராக விளங்கினார்.

இந்தக் கம்யூனிசக் கூட்டணி அரசுக்கு எதிராகப் போராட வேண்டும் என்பதற்காகவே மக்களுக்கு ஆயுதங்கள் இவ்வாறு விமானம் மூலம் வழங்கப்பட்டதாகவும் கிம் டேவி கூறினார்.

மேலும், இந்திய அரசு, இந்திய உளவு அமைப்பான 'ரா', பிரிட்டனின் எம்.ஐ.5 என்னும் உளவு அமைப்பு ஆகியவற்றின் ஒப்புதலுடன்தான் இது நடந்ததாகவும் அவர் தெரிவித்தார்.

எனினும் இந்த வழக்கு அப்புறம் என்னவாயிற்று என்பதே தெரியவில்லை. இதன் பின்னணியில் கொடுக்கல் வாங்கல் எதுவும் இருந்ததா என்பதும் இன்று வரை மர்மமாகவே உள்ளது.

யூரியா ஊழல்

யூரியா என்பது விளைபொருட்கள் நல்ல விளைச்சலைத் தருவதற்கான உரம். இதனை வெளிநாட்டு நிறுவனம் ஒன்றிடம் இருந்து வாங்குவதில் 133 கோடி ரூபாய் ஊழல் நடந்தது 1996ஆம் ஆண்டு.

துருக்கியில் உள்ள மிகமிகச் சிறிய நிறுவனமான கார்சன் டானிஸ்மான்லிக் டுரிகாம் சமாயி டிகார்கட் லிமிடெட் என்னும் நிறுவனத்திடம் இருந்து இரண்டு லட்சம் டன் யூரியா வாங்க 1995ஆம் ஆண்டு அக்டோபர் மாதம் என்எஃப்எல் நிறுவனம் ஒப்பந்தம் ஒன்று செய்து கொண்டது.

என்எஃப்எல் என்பது நேஷனல் ஃபெர்ட்டிலைசர்ஸ் லிமிடெட் (National Fertilizers Limited) என்று அழைக்கப்படும் அரசு நிறுவனம்.

விதிமுறைகளைக் கடைப்பிடிக்காமல் உரத்தைப் பெறுவதற்கு முன்பாக மொத்தப் பணமான 376 லட்சம் டாலர் பணமும் துருக்கி நிறுவனத்திற்கு வழங்கப்பட்டது..

ஒப்பந்தக் கடிதம் இல்லை.

இன்சூரன்ஸ் பாதுகாப்பு இல்லை.

வங்கி உத்தரவாதம் இல்லை.

இப்படி எதுவும் இல்லாமல் பணத்தை மட்டும் எப்படி துருக்கி நிறுவனத்திற்கு வழங்கினார்கள்?

நிச்சயமாக உரத்துறை அமைச்சர் மற்றும் அதிகாரிகளின் ஒப்புதல் இல்லாமல் இது நடந்திருக்கவே முடியாது என்ற சந்தேகம் எழுந்தது.

அப்புறம் இதுகுறித்து மற்றொரு திடுக்கிடும் தகவல் வெளியானது.

376 லட்சம் அமெரிக்க டாலரில் 2 லட்சம் அமெரிக்க டாலர் பணம் உடனடியாக ஏஎன்இசர்ட் கிரீன்ட்லேஸ் வங்கி மூலம் இந்தியாவின் ஹைதராபாத்தில் உள்ள கணக்கிற்கு வந்துவிட்டது. கார்சனின் ஏஜெண்ட் சாய்கிருஷ்ணா இம்பெக்ஸ் நிறுவனத்தின் பேரில் அந்தக் கணக்கு இருந்ததும் கண்டுபிடிக்கப்பட்டது.

ரீ பிரதர்ஸ் நிர்வாகம் மூலம் இந்தத் தொகை இந்தியாவிற்கு வந்ததாக சிபிஐ தெரிவித்தது. இது மத்திய அமைச்சராக இருந்த ராம்லக்கானின் மகன் பிரகாஷ் சந்திர யாதவுக்கு நெருக்கமானது என்பதால், யூரியா வாங்கியதில் அரசியல் தொடர்புகள் இருந்தது வெளிச்சத்திற்கு வந்தது.

இந்த ஊழலில் நரசிம்மராவின் உறவினர் சஞ்சீவராவ், மத்திய அமைச்சராக இருந்த ராம் லக்கான்சிங் யாதவ் மகன் பிரகாஷ் சந்திர யாதவ் மற்றும் 7 பேர் மீது சிபிஐ குற்றப்பத்திரிகை தாக்கல் செய்தது..

துருக்கி நாட்டின் கார்சன் நிறுவனம் மற்றும் தேசிய உர நிறுவன முன்னாள் இயக்குநர் சி.கே. ராமகிருஷ்ணன் ஆகியோர் மீதும் குற்றம் சாட்டப்பட்டது.

குற்றம்சாட்டப்பட்டவர்கள் உரத்திற்கான தொகையைத் தங்களுக்குள் பகிர்ந்து கொண்டதாக சந்தேகம் எழுந்தது. ஏனென்றால் கடைசி வரை யூரியா வந்து சேரவே இல்லை..

ஆனால் ஹவாலா மூலம் 40 லட்சம் அமெரிக்க டாலர்கள் இந்தியாவிற்கு வந்தன. இந்தப் பணத்தை சாம்பசிவ ராவ், கவுட், சஞ்சீவ் ராவ் ஆகியோர் பங்கிட்டுக் கொண்டதாகக் குற்றச்சாட்டு எழுந்தது.

ஹைதராபாத் வங்கியில் செலுத்தப்பட்ட இரண்டு லட்சம் அமெரிக்க டாலர், சாம்பசிவ ராவின் கணக்குக்கு மாற்றப்பட்டதும் கண்டுபிடிக்கப்பட்டது.

இதிலொரு வருத்தம் தரும் வேடிக்கை என்னவென்றால் கார்சான் என்னும் அந்தத் துருக்கி நிறுவனம், உர நிறுவனம் கிடையாது; அது ஒரு சுற்றுலா நிறுவனம்.

சுக்ராம் டெலி கம்யூனிகேஷன் உபகரண ஊழல்

1991 முதல் 1996ஆம் ஆண்டு வரை நரசிம்மராவ் தலைமையில், மத்தியில் காங்கிரஸ் கட்சி ஆட்சி செய்தது. அப்போது ஊழல் பற்றி ஏராளமான புகார்கள் வெளியான போதிலும் கையும்

களவுமாகப் பிடிபட்ட ஒரே மத்திய அமைச்சர் என்ற பெருமை சுக்ராமைத்தான் சேரும்.

1996ஆம் ஆண்டு ஆகஸ்ட் மாதம் 19ஆம் தேதி, அதாவது காங்கிரஸ் கட்சி தோல்வி அடைந்ததை அடுத்து வாஜ்பாய் தலைமையிலான பாஜக கூட்டணி அரசு பதவியேற்றதும் சுக்ராம் வீட்டில் மிகப் பெரிய அளவில் சிபிஐ சோதனை நடைபெற்றது.

இதில் படுக்கை விரிப்பு, பிளாஸ்டிக் பை, சூட்கேஸ் உள்ளிட்ட பல இடங்களில் கட்டுக்கட்டாக மூன்றரைக் கோடி அளவிற்கு ரூபாய் நோட்டுக்கள் பதுக்கி வைக்கப்பட்டிருந்தது கண்டுபிடிக்கப்பட்டது. அத்துடன் ஒன்றரைக் கோடி ரூபாய் மதிப்பிலான பொருட்களும் இருந்தது..

அப்போது மத்திய தகவல் தொழில் நுட்பத்துறை அமைச்சராக இருந்தார் சுக்ராம். அன்றைய காலக்கட்டத்தில் நாடு முழுவதும் பூமிக்கு அடியில் செயற்கை இழைக் கம்பி வடங்களை அமைப்பது உள்ளிட்ட கட்டுமானப் பணிகளுக்குப் பகிரங்க ஏலம் விடப்பட்டது.

இதன்மூலம் 1995ஆம் ஆண்டு தகவல் துறையில் தனியார் மயத்தை நரசிம்மராவ் அரசு பிள்ளையார் சுழி போட்டுத் துவக்கி வைத்தது. ஹிந்துஸ்தான் ஃப்யூச்சரிஸ்டிக் கம்யூனிகேஷன்ஸ் லிமிடெட் என்னும் எச்.எஃப்.சி.எல். தனியார் நிறுவனத்திற்கு உரிமம் வழங்கப்பட்டது.

இதற்கான ஒப்பந்தம் கோரும் அறிவிப்பு 1995ஆம் ஆண்டு ஜனவரி மாதம் 16ஆம் நாளன்று வெளியானது. 1995ஆம் ஆண்டு மார்ச் மாதம் ஒப்பந்தப் புள்ளிகள் கோருவது முடிவடைய வேண்டும்.

ஆனால் சரியான காரணம் எதுவும் அறிவிக்கப்படாமல் ஜூன் மாதம் வரை இந்த ஒப்பந்தம் கோருவது நீட்டிக்கப்பட்டது. அப்படித்தான் எச்.எஃப்.சி.எல். நிறுவனத்திற்கு உரிமம் அளிக்கப் பட்டது.

இந்நிறுவனம் மிகவும் சிறியதாக இருந்தது. உரிமத்திற்கான பணத்தைக்கூடச் செலுத்த முடியாத இந்த நிறுவனத்திற்காக ஏல விதிகளைத் திருத்தினார் சுக்ராம்.

இந்த நிறுவனம் 80 ஆயிரம் கோடி ரூபாய்க்கு ஒப்பந்தம் செய்தது. இது பிற நிறுவனங்களைக் காட்டிலும் 50 ஆயிரம் கோடி ரூபாய் அதிகம்.

இதனையடுத்து ஒன்பது மாநிலங்களுக்கான கட்டுமானப் பணிகள் இந்த நிறுவனத்திற்கு வழங்கப்பட்டது. ஆனாலும் இந்த அளவிற்கான மூலதனத்தை இந்த நிறுவனத்தால் திரட்ட முடியுமா என்ற சந்தேகம் இருக்கத்தான் செய்தது.

சந்தேகத்தை உறுதி செய்கிற மாதிரியே அதன் நடவடிக்கைகளும் அமைந்தன. நல்ல வருமானம் தரக்கூடிய டில்லி உள்ளிட்ட மூன்று மாநிலங்களைத் தவிர, பிற மாநிலங்களின் கட்டுமானப் பணிகளில் இருந்து இந்த நிறுவனம் விலகிக் கொண்டது.

இதனால் அரசுக்கு 20 ஆயிரம் கோடி ரூபாய் இழப்பு ஏற்பட்டது குறிப்பிடத்தக்கது.

சுக்ராம்

இந்த விவகாரத்தில் சுக்ராம் ஆயிரத்து ஐநூறு கோடி ரூபாய் வரை பணம் பெற்றதாகக் குற்றச்சாட்டு எழுந்தது.

மேலும் தொலைபேசித் துறைக்குத் தேவையான கருவிகளை ஆண்டு ஒன்றுக்கு 7 ஆயிரம் கோடி ரூபாய்க்கு வாங்கினார். இந்த ஒப்பந்தத்தை இறுதி செய்வதில் சுக்ராம் நேரடியாகவே பங்கேற்றார். இதற்காகத் தனது சொல்லுக்குக் கட்டுப்படும் அதிகாரிகளை மட்டும் பயன்படுத்திக் கொண்டார்.

இதனால் எச்.எஃப்.சி.எல்., ஏ.ஆர்.எம்., சியாம் 'டெலிகாம் போன்ற சில நிறுவனங்கள் சுக்ராமின் ஆதரவோடு ஐந்தாண்டு களில் பல மடங்கு வளர்ச்சியைப் பெற்றன. அப்படியே சுக்ராமும் தனது வசதி வாய்ப்புகளைப் பெருக்கிக் கொண்டார்.

உதாரணத்திற்கு ஒரு ஊழலைக் குறிப்பிடலாம். தொலை பேசித் துறைக்கு 300 கருவிகள் தேவை. ஒரு கருவியின் விலை 3.54 லட்சம் ரூபாய். இதனை ஏ.ஆர்.எம். நிறுவனத்திடம் இருந்து பெறுவதற்கு சுக்ராம் முயற்சித்தார். ஆனால் இதற்கு டெலிகாம் கமிட்டி ஒப்புதல் அளிக்கவில்லை.

என்றாலும் அதனைப் பொருட்படுத்தாமல் அந்த நிறுவனத்திடமே ஒப்பந்தம் செய்து கொண்ட சுக்ராம், 300 கருவி களுக்குப் பதிலாக 450 கருவிகளை வாங்கினார். இதனால் தொலை பேசித் துறைக்கு 1.68 கோடி ரூபாய் இழப்பு ஏற்பட்டது.

இச்சம்பவம் 1994ஆம் ஆண்டு ஜனவரி மாதத்தில் நடந்தது.

சுக்ராமின் ஊழல் நாடு முழுவதும் பெரும் அதிர்ச்சி அலையை ஏற்படுத்தியது. இவருக்கு உடந்தையாக இருந்த மூத்த பெண் அதிகாரி ருனுகோஷ் என்பவரின் வீட்டில் நடத்தப்பட்ட சோதனையில் நகைகள், சுவிஸ் கடிகாரங்கள் போன்ற விலை உயர்ந்த பொருட்கள் கைப்பற்றப்பட்டன

இதனையடுத்து 1997ஆம் ஆண்டு மார்ச் மாதம் சுக்ராம் மீது குற்றப்பத்திரிகை தாக்கல் செய்யப்பட்டது. குற்றச்சாட்டுகள் நிருபிக்கப்பட்டதை அடுத்து சுக்ராமுக்கு மூன்று ஆண்டுகள் கடுங்காவல் தண்டனை விதித்து தீர்ப்பளிக்கப்பட்டது.

கார்கில் சவப்பெட்டி ஊழல்

கார்கில் போர் 1999ஆம் ஆண்டு நடைபெற்றது. போரில் உயிரிழந்த வீரர்களுக்கு சவப்பெட்டி வாங்கியதில் ஊழல் நடைபெற்றதாகக் குற்றச்சாட்டு எழுந்தது. மேலும் இராணுவ

கார்கில் போரில் வீரமரணமடைந்த வீரர்களின் சவப்பெட்டி

வீரர்களுக்கு வாங்கப்பட்ட காலணிகள், ராக்கெட்டுகளிலும் ஊழல் நடந்துள்ளதாகவும் கூறப்பட்டது.

அதாவது அமெரிக்காவில் இருந்து சவப்பெட்டிகளை இறக்குமதி செய்தபோது அவற்றின் விலைகளைப் பன்மடங்கு உயர்த்திக் கொள்ளை லாபம் அடித்ததாகத்தான் குற்றச்சாட்டு.

அலுமினியத்தால் ஆன சவப்பெட்டியை அவசரத் தேவைக்காக என்று இறக்குமதி செய்தனர். ஒரு பெட்டியின் விலை ஒரு லட்சத்து 10 ஆயிரம் ரூபாய் கொடுத்து வாங்கப்பட்டுள்ளது.

அதாவது சோமாலியா நாட்டிற்கு சவப்பெட்டி ஒன்று வெறும் 7 ஆயிரத்து 500 ரூபாய்க்கு விற்கப்பட்ட நிலையில், அதே சவப்பெட்டியை நம் இந்தியா ஒரு லட்சத்து 10 ஆயிரம் ரூபாய்க்கு

வாங்கி இருக்கிறது.. அதாவது இருபது மடங்கு அதிக விலை கொடுத்து வாங்கியுள்ளது.

இவ்வாறு சவப்பெட்டியின் விலையை உயர்த்தி நிர்ணயிக்கும் வேலையில் இடைத்தரகர்கள் சிலர் ஈடுபட்டுள்ளனர்.

மத்திய தணிக்கைக் குழுவின் அறிக்கைதான் இந்த ஊழலை அம்பலப்படுத்தியது.

அதேபோல 'ஆபரேஷன் விஜய்' என்று அழைக்கப்படும் கார்கில் போரை ஒட்டிக் கடற்படை சார்பில் 104 விமான எதிர்ப்பு ஏவுகணைகள் வாங்கப்பட்டன. இவற்றின் மதிப்பு 370 கோடி ரூபாய்.

ஆனால் இந்த ஏவுகணைகள் வாங்கியதில் 24.77 கோடி ரூபாய் வீண் செலவு ஏற்பட்டது. அதாவது 1996ஆம் ஆண்டு வாங்கியதைக் காட்டிலும் இரண்டு மடங்கு அதிக விலை கொடுத்து வாங்கப்பட்டுள்ளன.

இதேபோல வெடிகுண்டுகளை ஏவப் பயன்படுத்தும் காட்ரிஜ் வாங்கப்பட்டதிலும் பெருமளவு ஊழல் நடந்துள்ளது.

ஆக மொத்தம் ஆயிரத்து 64 கோடி ரூபாய் அளவிற்கு இராணுவத் தளவாடங்கள் வாங்கப்பட்டுள்ளன. இவற்றில் பாதி அளவு தளவாடங்கள் பயனற்றவை என்பது குறிப்பிடத்தக்கது.

இந்த விவகாரத்தில் விதிமுறைகள், நடைமுறைகள் எதுவுமே பின்பற்றப்படவில்லை என்று மத்திய கணக்குத் தணிக்கை அதிகாரி குறிப்பிட்டுள்ளார்.

123 ஆயுதங்கள் வாங்கியதில் 35 ஆயுதங்கள் விஷயத்தில் நிதி மோசடி நடந்துள்ளதாகவும் தணிக்கை அதிகாரி கூறியுள்ளார்.

பொதுவாக இராணுவத் தளவாடங்கள் வாங்குகிறபோது இடைத் தரகர்களைப் பயன்படுத்தக்கூடாது என்று 1992ஆம் ஆண்டு தடை விதிக்கப்பட்டது. ஆனால் அதை மீறி தரகர்கள் பயன்படுத்தப்பட்டதாக டெஹல்கா டாட் காம் அம்பலப்படுத்தியது.

இந்த வழக்கைத் தீவிரமாக விசாரித்த சிபிஐ, 2009ஆம் ஆண்டு இதுதொடர்பாக குற்றப்பத்திரிகை தாக்கல் செய்தது. அதில் மூன்று இராணுவ அதிகாரிகள் மற்றும் அமெரிக்காவைச் சேர்ந்த ஒரு தொழிலதிபர் என்று மொத்தம் நான்கு பேர் குற்றவாளிகளாக அறிவிக்கப்பட்டனர்.

இந்த முறைகேட்டில் ஈடுபட்டவர்கள் யார் என்பதைக் கண்டு பிடிக்க முடியவில்லை என்று சிபிஐ தனது அறிக்கையை சமர்ப்பித்தது. இதனை ஏற்று இந்த வழக்கை உச்சநீதிமன்றம் தள்ளுபடி செய்து உத்தரவிட்டது.

கால்நடைத் தீவன ஊழல்

பீகார் மாநிலத்தின் முதல்வராக 1990ஆம் ஆண்டு முதல் 1997ஆம் ஆண்டுவரை பதவி வகித்தார் லல்லு பிரசாத் யாதவ். 1996ஆம் ஆண்டு அம்மாநிலத்தில் உள்ள கால்நடைகளுக்குத் தீவனம் வாங்குவதற்காகப் போலி ரசீதுகளை அச்சடித்து கருவூலங்களில் இருந்து 950 கோடி ரூபாய் அளவிற்குப் பண மோசடி செய்ததாக அப்போதைய பீகார் மாநில முதல்வர் லல்லு பிரசாத், காங்கிரஸ் கட்சியைச் சேர்ந்த முன்னாள் முதல்வர் ஜெகனாத் மிஸ்ரா உள்ளிட்ட சில அரசியல்வாதிகள் மற்றும் அதிகாரிகள் மீது குற்றச்சாட்டு எழுந்தது.

லல்லு பிரசாத் யாதவ்

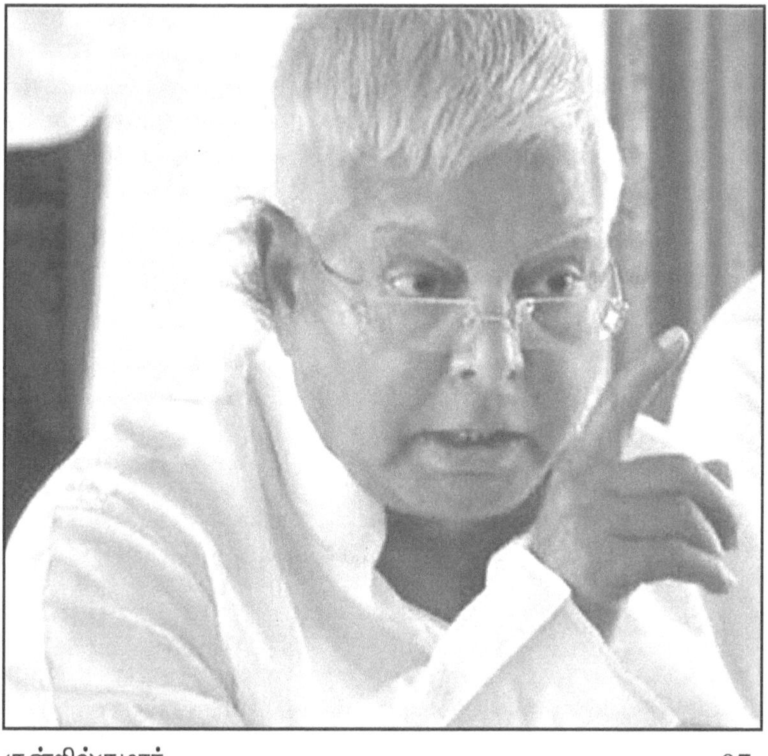

சாய்பாசா மாவட்டம் தியோகர் கருவூலத்தில் இருந்து 950 கோடி ரூபாய் எடுத்ததில் 37 கோடி ரூபாய் மட்டுமே மோசடி செய்ததாக சிபிஐ விசாரணையில் தெரியவந்தது. மீதமுள்ள பணத்திற்கு சாட்சியம் இல்லை என்று கூறப்பட்டது.

இதுதொடர்பாக 64 வழக்குகள் பதிவு செய்யப்பட்டன. இதில் லல்லு பிரசாத் மீது மட்டும் 5 வழக்குகள்.

அதாவது கால்நடை வளர்ப்பவர் பெயருக்கு கருவூலத்தில் இருந்து மானியமாகப் பணம் வாங்கப்படும். அவருக்கு 20 சதவீதம் பணம் மட்டுமே கொடுக்கப்படும். மீதமுள்ள 80 சதவீதப் பணத்தை அரசியல்வாதிகள் மற்றும் அதிகாரிகள் பங்கிட்டுக் கொள்வார்கள்.

இந்த மோசடியை மாவட்ட ஆட்சியர் அமித் கரே என்பவர் தான் முதலில் கண்டுபிடித்து அம்பலப்படுத்தினார். இதனால் கோபமடைந்த லல்லு பிரசாத் அரசு அவரைப் பல்வேறு துறைகளுக்கு மாற்றி பந்தாடியது.

ஜனதா தளக் கட்சியைச் சேர்ந்த தேவகவுடா 1996ஆம் ஆண்டு ஐக்கிய முன்னணியின் சார்பில் பிரதமராகப் பதவி வகித்தார். அப்போது ஜனதா தளக் கட்சித் தலைவராக லல்லு பதவி வகித்தார்.

எனவே சிபிஐ இயக்குநராக இருந்த ஜோகிந்தர் சிங், கால் நடைத் தீவன வழக்கில் சிபிஐயின் விசாரணையை முடக்க முயற்சி மேற்கொண்டார். இவருக்குப் பின்புறமாக இருந்து அப்போதைய பிரதமர் தேவகவுடா அழுத்தம் கொடுத்து வந்தார்.

இதனையடுத்து சிபிஐ தலைமையிடம் விசாரணை அறிக்கையைத் தரவேண்டாம் என்று பாட்னா உயர் நீதிமன்றம் உத்தரவிட்டது.

சொற்ப மாதங்களில் தேவகவுடா தலைமையிலான அரசு மத்தியில் கவிழ்ந்தது. இடைக்காலப் பிரதமராக தேவகவுடா தொடர்ந்ததும் லல்லு மீது வழக்கு தொடர அனுமதியளித்தார்.

இதனையடுத்து 1997ஆம் ஆண்டு ஏப்ரல் மாதம் 27ஆம் தேதி லல்லு பிரசாத், ஜெகனாத் மிஸ்ரா உள்ளிட்ட 56 பேர் மீது மொத்தம் 48 வழக்குகள் தொடரப்படும் என்று சிபிஐ இயக்குநர் ஜோகிந்தர் சிங் அறிவித்தார். 2 ஆயிரம் பக்கங்கள் கொண்ட குற்றப்பத்திரிகை தயாரானது.

ஆக, பீகார் முதல்வர் பதவியில் இருந்து லல்லு விலகினார். பதிலாக அவரது மனைவி ராப்ரி தேவியை முதல்வராக நியமித்தார்.

‘ஆலு இருக்கும் வரை இந்த லல்லுவும் இருப்பான்’ என்று அப்போது பஞ்ச் டயலாக் வேறு பேசினார்.

பின்னர் கைது செய்யப்பட்ட லல்லு 1997ஆம் ஆண்டு ஜூலை மாதம் 31ஆம் தேதி முதல் டிசம்பர் மாதம் 15ஆம் தேதி வரை மொத்தம் நான்கு மாதங்கள் சிறையில் கழித்தார்.

லல்லு மீது தொடரப்பட்ட வழக்குகள் தொடர்பாகத் திரும்பத் திரும்ப அவரைக் கைது செய்வதற்கு சிபிஐ கடினமாக முயற்சிகளை மேற்கொண்டது. லல்லுவும் சளைக்காமல் உச்ச நீதி மன்றத்தில் ஜாமீன் பெற்று கைது செய்யப்படுவதில் இருந்து தப்பித்துக் கொண்டே வந்தார்.

ஜார்க்கண்ட் தனி மாநிலமாகப் பிரிந்ததைத் தொடர்ந்து பாட்னா நீதிமன்றத்தில் இருந்து 36 வழக்குகள் ராஞ்சி நீதிமன்றத்திற்கு மாற்றப்பட்டன.

வழக்குகள் இன்னும் தொடர்ந்து நடந்து கொண்டேதான் இருக்கின்றன.

1990களில் இவை தவிர 400 கோடி ரூபாய் அளவிற்கு நடந்த யூகோஸ்லேவியா தினார் ஊழல் மிகவும் பிரபலமான ஒன்று.

அடுத்து 300 கோடி ரூபாய் அளவிற்கு நடந்த மேகாலயா வன ஊழல்.

பின்னர் ஆயிரத்து 300 கோடி ரூபாய்க்கு உர இறக்குமதி ஊழல், 1200 கோடி ரூபாய்க்கு பன்சாலி ஊழல் என்று அந்த பத்தாண்டுகளில் ஊழலின் தாக்கம் சற்று அதிகமகவே இருந்தது.

6 ஆதர்ஷ் ஊழல்

ஆதர்ஷ் ஊழல் 2000 ஆண்டுகளில் மிகப் பிரபலமாகப் பேசப்பட்டது. 2 ஆயிரம் கோடி ரூபாய் அளவிற்கு இதில் ஊழல் நடந்துள்ளதாகக் கூறப்பட்டது. மிகப் பெரிய சூதாட்டமாகக் கருதப்பட்ட இந்தப் போட்டியில் நடந்த ஊழலைத் தொடர்ந்து முக்கிய கிரிக்கெட் வீரர்கள் நீக்கப்பட்ட சம்பவமும் நிகழ்ந்தது.

2000 ஆண்டுகளில் இன்னும் சில மோசமான ஊழல் சம்பவங்கள் நாட்டை உலுக்கின.

1. யுடிஐ ஊழல்
2. சத்யம் ஊழல்
3. அரிசி ஏற்றுமதி ஊழல்
4. ஒரிசா சுரங்க ஊழல்

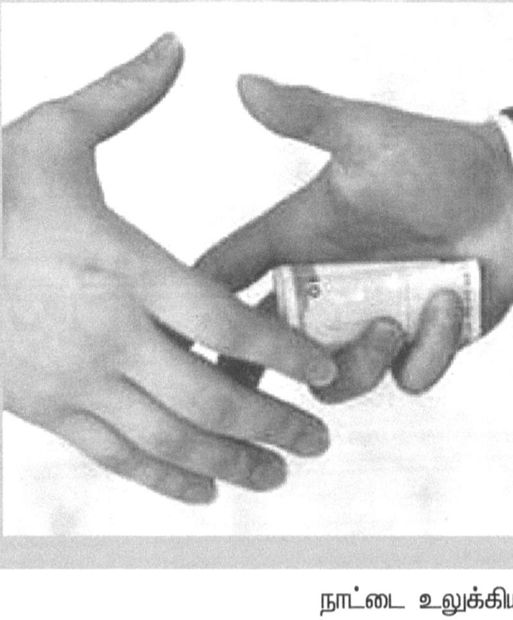

5. மதுகோடா சுரங்க ஊழல்

6. எல்ஐசி வீட்டுக்கடன் ஊழல்

7. ஆதர்ஷ் ஊழல்

8. காமன்வெல்த் விளையாட்டுப் போட்டி ஊழல்

9. வியாபம் ஊழல்

இந்த ஊழல்கள் அனைத்தும் பெரிதும் பரவலாக நாடு முழுவதும் பேசப்பட்டவை ஆகும்.

யுடிஐ ஊழல்

யூடிஐ என்பது ஒரு அரசு நிதி நிறுவனம். இதில் 60 ஆயிரம் கோடி ரூபாய் அளவிற்கு முதலீடுகள் உண்டு. இதில் வழங்கப்பட்ட பல முதலீடுகளில் 20 லட்சத்திற்கும் மேற்பட்ட வாடிக்கையாளர் கள் முதலீடு செய்துள்ளனர். குறிப்பாக யுஎஸ் 64 என்னும் திட்டத்தின் கீழ் பல ஆயிரம் கோடி ரூபாய் திரட்டப்பட்டது. இவ்வாறு திரட்டப்பட்ட நிதியைப் பல்வேறு நிறுவனங்களில் முதலீடு செய்தது யுடிஐ நிறுவனம்.

இந்நிலையில் யுடிஐ முதலீடுகள், அதன் நடவடிக்கைகள் குறித்து நிறைய மோசமான விமர்சனங்கள் வரத் தொடங்கின. 5 ஆயிரத்து 500 கோடி ரூபாய் அளவிற்கு ஊழல் நடந்துள்ளதாகக் கூறப்பட்டது. முக்கியமாக ஹர்ஷத் மேத்தாவைப் போல பல்வேறு குற்றச்சாட்டுகளுக்கு இலக்கான பங்குச் சந்தை புரோக்கர் கேத்தன் பரேக் என்பவருக்கு தனது நிதியைப் பெருமளவில் முதலீடு செய்திருந்தது யுடிஐ.

அரசுத்துறை நிறுவனமான யுடிஐ, மோசடிக்காரருக்கு மக்களின் பணத்தை வாரி வழங்கியதாக எதிர்க்கட்சிகள் போர்க் கொடியை உயர்த்திப் பிடித்தன.

அப்போது மத்தியில் ஆட்சியில் இருந்தது வாஜ்பாய் தலைமையிலான பாஜகவின் கூட்டணி அரசு. யஷ்வந்த் சின்ஹா நிதியமைச்சராக இருந்தார்.

2001ஆம் ஆண்டு ஜூன் மாதம் முதல் யுடிஐ நிறுவனப் பங்குகள் சரியத் தொடங்கின. யுஎஸ் 64 பங்குகளின் விலையும் சரிந்தது. ஆயினும் பங்குச் சந்தையில் ஏற்பட்டுள்ள மந்தமே இதற்குக் காரணம் என்று அரசுத் தரப்பில் மழுப்பலான விளக்கம் அளிக்கப்பட்டது.

எனினும் இந்தச் சரிவை அடுத்து ராஜலட்சுமி போன்ற முக்கிய முதலீட்டுத் திட்டங்களை யுடிஐ கைவிடத் தொடங்கியது. குறிப்பாக யுஎஸ் 64 பங்குகள் மீதான வர்த்தகம் நிறுத்தப்படுவதாக யுடிஐ அறிவித்தது. இந்த அறிவிப்பு இன்னும் மோசமான நிலைக்குக் கொண்டு சென்றது.

தங்கள் முதலீட்டைப் பற்றிய அச்சம் முதலீட்டாளர்கள் மத்தியில் வேகமாகப் பரவியது.

ரிலையன்ஸ் அம்பானி, டாட்டா, பாம்பே டையிங், பஜாஜ் உள்ளிட்ட நிறுவனங்கள் யுடிஐயில் செய்திருந்த முதலீடுகளை மிக உயர்ந்த விலையில் திடீரென்று திரும்பப் பெற்றன.

ரிலையன்ஸ் அம்பானி மட்டும் 2001ஆம் ஆண்டு ஏப்ரல் மற்றும் மே மாதத்தில் தங்கள் பங்குகளைத் திரும்பப் பெற்றதன் மூலமாக 3 ஆயிரத்து 300 கோடி ரூபாய் லாபம் சம்பாதித்தார்.

யுடிஐ நிறுவனப் பங்குகளைத் திரும்பப் பெறுவதற்குச் சில காலத்திற்குத் தடை விதிக்கப்படுவதற்குச் சரியாக ஐந்து நாட்களுக்கு முன்பாக இந்த நிறுவனங்கள் தங்கள் முதலீட்டைத் திரும்பப் பெற்றது குறிப்பிடத்தக்கது.

அப்படியானால் இதுகுறித்த இரகசியத் தகவல்கள் இந்த நிறுவனங்களுக்கு முன்னரே கிடைத்துள்ளன என்பதாகப் பலரும் சந்தேகித்தனர்.

இதுபோன்ற தவறுகள் நடந்த அதே நேரத்தில் தனியார் நிறுவனப் பங்குகளின் மதிப்பை அதிகமாக நிர்ணயித்து அதை வாங்குமாறு யுடிஐ நிர்ப்பந்திக்கப்பட்டதாகவும் கூறப்பட்டது.

இதற்கு உதாரணமாக ஒன்றைக் கூறலாம். அதாவது சைபர்ஸ்பேஸ் என்னும் நிறுவனம் தனது பங்கை 930 ரூபாய்க்கு விற்க முன்வந்தது. ஆனால் இந்தத் தொகை மிக அதிகம் என்று கூறி அதனை வாங்க மறுத்துவிட்டது யுடிஐ. இது நடந்தது ஜூலை மாதம் 14ஆம் தேதி அன்று.

ஆனால் அடுத்த மூன்று நாட்களில், அதாவது ஜூலை 17ஆம் தேதி அன்று பிரதமர் அலுவலகத்தில் இருந்து யுடிஐ உயரதிகாரிகளுக்குத் தொலைபேசி மூலமாக உத்தரவு வந்ததை அடுத்து அந்தப் பங்குகள் வாங்கப்பட்டன.

எதற்காக இந்த உத்தரவு?

இவ்வாறு இந்தப் பங்குகளை விற்றதன் மூலமாக 32 கோடி

ரூபாயைப் பெற்ற சைபர்ஸ்பேஸ் நிறுவனம், அந்தப் பணத்தைப் பெற்றதும் மும்பையில் உள்ள சில வங்கிகளில் செலுத்தியது.

யுடிஐ இந்தப் பங்குகளை வாங்கிய அடுத்த நாளே இந்த நிறுவனப் பங்குகளின் மதிப்பு அதலபாதாளத்திற்குச் சென்றுவிட்டது குறிப்பிடத்தக்கது.

இந்த சைபர்ஸ்பேஸ் நிறுவனம் உத்தரப்பிரதேச மாநிலம் லக்னோவைச் சேர்ந்தது. பிரதமர் வாஜ்பாய்க்கு நெருக்கமானவர்கள் இந்நிறுவன அதிபர்கள் என்றும் கூறப்பட்டது.

இந்தப் பங்குகளை வாங்கியதன் மூலமாக யுடிஐக்கு 32 கோடி ரூபாய் இழப்பு ஏற்பட்டது உண்மை.

இதனைத் தொடர்ந்து யுடிஐ தலைவர் பதவியில் இருந்து சுப்ரமணியம் ஜூலை மாதம் 4ஆம் தேதி ராஜினாமா செய்தார். அரசின் அழுத்தத்தைத் தொடர்ந்தே அவர் ராஜினாமா செய்ததாக ஒரு தகவலும் உண்டு.

தாமோதரன் என்பவர் யுடிஐ தலைவராக நியமிக்கப்பட்டார். அதன்பிறகு சுப்ரமணியம் வீட்டில் சிபிஐ ரெய்டு நடந்தது. அவர் கைது செய்யப்பட்டு வழக்கும் பதிவு செய்யப்பட்டது.

சுப்ரமணியம்

யுடிஐ செயல்பாட்டில் அப்போதைய நிதியமைச்சர் யஷ்வந்த் சின்ஹா பலமுறை தலையிட்டதாகவும், அவரது அழுத்தம் காரணமாகவே தவறுகள் நடந்ததாகவும் நீதிமன்றத்தில் சுப்ரமணியம் வாக்குமூலம் அளித்தார்.

இதனால் யஷ்வந்த் சின்ஹா நிதியமைச்சர் பதவியில் இருந்து விலக வேண்டும் என்ற கோரிக்கை எழுந்தது. ஆனாலும் அதற்கு அப்போதைய பிரதமர் வாஜ்பாய் சம்மதிக்கவில்லை.

இதனிடையே பாஜகவின் கூட்டணிக் கட்சியான சிவசேனா, இந்த விவகாரத்தில் பிரதமர் அலுவலகத்திற்கும் தொடர்பு இருப்பதாகப் புதிய குற்றச்சாட்டை வீசியது. யுடிஐ தலைவராக இருந்த சுப்ரமணியம், பிரதமர் அலுவலகத்தைத் தொடர்பு கொண்டு பலமுறை பேசியதாகவும் சிவசேனா குற்றம் சாட்டியது.

எப்படியோ யுடிஐயில் முதலீடு செய்ததன் வாயிலாக அப்பாவி மக்கள் பல கோடி ரூபாய் அளவிற்கு நஷ்டமடைந்தனர்.

இந்த ஊழல் விவகாரம் தொடர்பாக நாடாளுமன்றத்தில் ஏக அமர்க்களத்தில் ஈடுபட்டது அப்போதைய எதிர்க்கட்சியான காங்கிரஸ். ஆனால் தமது பதவியை ராஜினாமா செய்யப் போவதாக மிகப் பெரிய அணுகுண்டு ஒன்றை வாஜ்பாய் தூக்கி எறிந்த பிறகு இந்த விவகாரம் அப்படியே முனை மழுங்கிப் போனது.

சத்யம் ஊழல்

சத்யம் ஐடி நிறுவனம் 2008ஆம் ஆண்டு வரை இந்திய ஐடி நிறுவனங்களில் நான்காவது இடத்தைப் பெற்று மிகப் பெரிய நிறுவனமாக விளங்கியது.

இதன் நிறுவனர் ராமலிங்க ராஜு. ஆந்திர மாநிலத்தைச் சேர்ந்த இவர் விவசாயக் குடும்பத்தைச் சேர்ந்தவர் என்றாலும் அமெரிக்காவில் எம்பிஏ படிப்பை முடித்திருந்தார்.

தொடக்க காலத்தில் கட்டுமானத் துறையில்தான் தொழில் செய்து வந்தார். 1980களின் பிற்பகுதியில் ஐடி துறைக்கு அமெரிக்காவில் சிறப்பான வரவேற்பு இருப்பதை அறிந்தார். எனவே அந்தத் துறையில் கால் பதிக்க விரும்பினார்.

ஐதராபாத்தில் இருபதே இருபது ஊழியர்களை மட்டும் கொண்டு தனது தந்தையின் பெயரில் ‘சத்யம் கம்ப்யூட்டர்ஸ் சர்வீசஸ்’ என்னும் நிறுவனத்தை 1987ஆம் ஆண்டு தொடங்கினார் ராமலிங்க ராஜு.

ராமலிங்க ராஜு

நாட்டின் மிகப் பெரிய நிறுவனங்களில் ஒன்றாகத் தமது நிறுவனம் விளங்க வேண்டும் என்ற வேட்கையின் காரணமாக நெறிமுறைகளைப் பற்றிக் கவலைப்படாமல் துணிச்சலுடன் தவறுகளைச் செய்ய ஆரம்பித்தார்.

பொதுவாக இந்தியாவில் உள்ள நிறுவனங்கள் பலவும் ஒரே பெயரில் நடைபெறுவது கிடையாது பல கிளை நிறுவனங்களை அமைத்துக் கொள்வார்கள். அந்தக் கிளைகள் அனைத்துமே பெயரளவிலேயே இருக்கும்.

அரசை ஏமாற்றித் தம்மை வளர்த்துக் கொள்வதற்காகச் செய்யும் ஏமாற்று வேலைதான் இது.

ஆனால் இது அரசுக்கும் தெரியும்.

அரசு அதிகாரிகளுக்கும் தெரியும்.

ஆனால் யாருமே கண்டுகொள்வதில்லை என்பதே உண்மை.

அப்படித்தான் ராமலிங்க ராஜூவும் ஒரு கிளை நிறுவனத்தை நிறுவினார். 'சத்யம்' என்ற பெயரை ஆங்கிலத்தில் எழுதி, அதனைத் திருப்பிப் போட்டால் வரும் 'மைதாஸ்' என்ற பெயரில் அந்த நிறுவனம் உதித்தது.

அதாவது SATYAM என்பதைத் திருப்பிப் போட்டால் MAYTAS என்று வருவதைப் பார்க்கலாம்.

மைதாஸ் நிறுவனத்திற்கு முதலீடு வேண்டும் அல்லவா! அதற்கு என்ன செய்வது?

சத்யம் நிறுவனத்தில் இருந்து பணத்தை எடுத்து மைதாஸில் முதலீடு செய்ய ஆரம்பித்தார்.

இதுதான் அவர் செய்த மிகப் பெரிய தவறு. இதன்மூலமாக மிகப் பெரிய கோடீஸ்ரனாக ஜொலிக்கலாம் என்று நினைத்தார். ஆனால் அதுவே அவருக்கு எமனாக மாறிவிட்டது.

சத்யம் நிறுவனத்தில் இருந்து எடுத்த பணத்திற்குக் கணக்குக் காட்ட வேண்டும் என்பதற்காக பொய்க் கணக்கு எழுத ஆரம்பித்தார்.

அதாவது சத்யம் நிறுவனக் கணக்குப் புத்தகத்தில் பணம் இருப்பதாகக் காட்டப்பட்டது. ஆனால் அதே பணம் வங்கியில் நிஜத்தில் கிடையாது. அத்தனையும் மைதாஸ் நிறுவனத்திற்குச் சென்றுவிட்டது.

எனினும் சத்யம் நிறுவனத்தின் பேலன்ஸ் ஷீட்டில் நிறைய பணம் இருப்பு இருப்பதாகக் காட்டப்பட்டது. இந்தப் பொய்க் கணக்கை உண்மை என்று நம்பி நிறைய பேர் இந்நிறுவனத்தின் பங்குகளை வாங்கினார்கள்.

ஆக சத்யம் நிறுவனம் அவர் ஆசைப்பட்டதைப் போலவே இந்திய முன்னணி ஐடி நிறுவனங்களில் ஒன்றாக மாறியது. 20 பேர் மட்டுமே இருந்த ஊழியர்களின் எண்ணிக்கை 52 ஆயிரமாக உயர்ந்தது.

இப்படி சக்கைப்போடு போட்டுக் கொண்டிருந்தபோது, மைதாஸ் நிறுவனத்திற்கு மாற்றிய பணமும் மிக அதிகமானது. ஒரு கட்டத்தில் அது கோடிக்கணக்கில் அதிகரித்தபோதுதான் சிக்கல் எழுந்தது.

லட்சக்கணக்கான பணம் என்றால் எப்படியாவது சமாளித்து விடலாம். கோடிக் கணக்கில் பள்ளம் விழுந்தால் எப்படிச் சமாளிக்க முடியும்?

எப்படியாவது சரிசெய்து விடலாம் என்று நினைத்தார். ஆண்டுதோறும் பொய்க் கணக்கை சமர்ப்பித்துக் கொண்டே இருந்தார்.

எப்படியாவது இந்த நெருக்கடியில் இருந்து தப்பிக்க வேண்டும் என்பதற்காக ச்த்யம் நிறுவனத்தில் தனக்கிருந்த பங்குகளைக் கொஞ்சம் கொஞ்சமாக விற்கத் தொடங்கினார் ராமலிங்க ராஜு.

சத்யம் நிறுவனத்தின் பங்குகள் 1992ஆம் ஆண்டு பொது மக்களுக்கு விற்பனை செய்யப்பட்டது. 2000வது ஆண்டு வரை 45 சதவீத பங்குகளைத் தன் வசம் வைத்திருந்தார் ராமலிங்க ராஜு.

பிறகு பணமே இல்லாமல் இருப்பதாகக் காண்பித்துக் கொண்டிருக்கும் இரகசியம் அவர் மட்டுமே அறிந்த ஒன்று என்பதால், சத்யம் நிறுவனத்தில் தனக்கிருந்த பங்குகளைக் கொஞ்சம் கொஞ்சமாக விற்கத் தொடங்கினார்.

இவ்வாறு விற்றுக் கொண்டே வந்ததில் ஒரு கட்டத்தில் ராஜு வசம் வெறும் 8 சதவீதப் பங்குகள் மட்டுமே இருந்தன. எனினும் இதுவும் வெளியே தெரியாமலேயே இருந்து வந்தது. ஆனாலும் என்றாலும் ஒருநாள் பூனைக் குட்டி வெளியே வந்து தானே ஆக வேண்டும்!

அப்படித்தான் 2009ஆம் ஆண்டு ஜனவரி மாதம் 7ஆம் தேதி அன்று இந்த இரகசியங்கள் வெடித்து வெளிக்கிளம்பின.

சுமார் 7 ஆயிரம் கோடி ரூபாய் வரை பொய்க் கணக்கு எழுதி அனைவரையும் ராமலிங்க ராஜு ஏமாற்றிய திடுக்கிடும் உண்மை தெரியவந்தது.

சத்யம் நிறுவனத்தில் முதலீடு செய்த அனைவரும் கலங்கிப் போயினர். 350 ரூபாய்க்கு விற்பனையான அதன் பங்கு ஓரிரு நாளில் வெறும் 6 ரூபாய்க்கு வந்து நின்றது.

ராஜுவின் இந்தக் கபட நாடகத்தில் பாதிக்கப்பட்டவர்கள் பங்கு முதலீட்டாளர்கள் மட்டுமல்ல; அந்நிறுவனத்தின் ஆயிரக் கணக்கான ஊழியர்களும்தான். அனைவரும் ஒரே நாளில் தங்கள் வேலையை இழக்க வேண்டிய நிர்ப்பந்தத்திற்கு ஆளாகினர்.

கைது செய்யப்பட்டு சிறையில் அடைக்கப்பட்ட ராஜுவின் மீது வழக்குப் பதிவு செய்யப்பட்டு 2015ஆம் ஆண்டு ஏப்ரல் மாதம் தீர்ப்பும் வழங்கப்பட்டது. சத்யம் நிறுவனத் தலைவர் ராமலிங்க ராஜு உட்பட பத்துப் பேர் குற்றவாளிகள் என்று தீர்ப்பளிக்கப் பட்டது.

அரிசி ஏற்றுமதி ஊழல்

ஏழ்மை நிலையில் உள்ள ஒருசில ஆப்பிரிக்க நாடுகளுக்கு அரிசியை ஏற்றுமதி செய்ய இந்திய அரசு அளித்த அனுமதியைத் தவறாகப் பயன்படுத்தி 2 ஆயிரத்து 500 கோடி ரூபாய் ஊழல் செய்துள்ளதாகப் பரவலாக எதிர்க்கட்சிகள் குற்றம் சாட்டின.

பாசுமதி அல்லாத அரிசியை பிற நாடுகளுக்கு ஏற்றுமதி செய்வதை மத்திய அரசு 2008ஆம் ஆண்டு ஏப்ரல் மாதம் தடை செய்தது.

இந்நிலையில் ஆப்பிரிக்க நாடுகளான நைஜீரியா, கானா, செனகல் உள்ளிட்ட நாடுகளில் வறுமை தாண்டவமாடியதால் அந்த நாடுகளுக்கு மட்டும் அரிசியை ஏற்றுமதி செய்ய மனிதாபிமான அடிப்படையில் மத்திய அரசு அனுமதியளித்தது.

ஆனால் வழக்கமாக இந்திய உணவுக் கழகம்தான் ஏற்று மதியை மேற்கொள்ளும். ஆனால் இந்த முறை வழக்கத்திற்கு மாறாக தனியார் ஏற்றுமதியாளர்களுக்கு மத்திய அரசு அனுமதி வழங்கியது. இந்த அனுமதியை வர்த்தகத் துறையும், மத்திய உணவு அமைச்சகமும் வழங்கின. இதன்படி தனியார் நிறுவனம் ஒன்று அரிசியைக் குறிப்பிட்ட ஆப்பிரிக்க ஏழை நாடுகளுக்கு ஏற்றுமதி செய்தது.

மேற்கு ஆப்பிரிக்காவைச் சேர்ந்த ஏழை நாடான சியாரோ லியோன் என்னும் நாட்டிற்கு அனுப்பப்பட்ட அரிசி, அந்த நாட்டிற்குச் செல்லாமல் பெரும் பணக்கார ஐரோப்பிய நாடான சுவிட்சர்லாந்தின் நோவல் என்னும் நிறுவனத்திடம் கையளிக்கப் பட்டுள்ளது. சுருக்கமாகச் சொல்லப்போனால் ஏழை நாடான சியாரோ லியோனுக்குச் செல்லாமல் பணக்கார நாடான சுவிஸ் நாட்டிற்குச் சென்றுள்ளது.

அத்துடன் நைஜீரியா நாட்டிற்கு ஒரு லட்சத்து 17 ஆயிரம் டன் அரிசி அனுப்பப்பட்டுள்ளது. ஆனால் அதனை வேண்டாம் என்று நைஜீரியா நிராகரித்துவிட்டதாகக் கூறி வளமான தென் ஆப்பிரிக்க நாட்டிற்கு அந்த அரிசி சென்றுள்ளது.

இதுபோன்ற தகிடுதத்தங்கள் மூலம் குறிப்பிட்ட அந்தத் தனியார் நிறுவனம் கொளுத்த லாபத்தை ஈட்டியுள்ளது. இந்திய அரசுக்கோ இழப்பு ஏற்பட்டுள்ளது.

இவ்வாறு வறிய நாடுகளுக்கு ஏற்றுமதி செய்யப்பட்டதாகக் கூறி சர்வதேசச் சந்தையில் மிகப் பெரிய விலைக்கு அவை விற்கப் பட்டுள்ளதாகக் குற்றச்சாட்டு எழுந்தது.

வெளிநாடுகளுக்கு இவ்வாறு அரிசி ஏற்றுமதி செய்யப் பட்டதில் 2 ஆயிரத்து 500 கோடி ரூபாய் அளவிற்கு ஊழல் நடந்துள்ளதாக எதிர்க்கட்சிகள் பகிரங்கமாகக் குற்றம்சாட்டினர்.

இது நடந்தது 2009ஆம் ஆண்டு.

இதன்காரணமாக இந்தியாவில் அரிசி விலை மிகக் கடுமையாக உயர்ந்து பொதுமக்கள் பெரும் அவதியடைந்தனர்.

மனிதாபிமான அடிப்படையில் ஏழை நாடுகளுக்கு அரிசி வழங்குவதற்காகக் கொடுக்கப்பட்ட அரசின் அனுமதியைத் தனியார் ஏற்றுமதி நிறுவனம் முறைகேடாகப் பயன்படுத்தி பெருமளவில் லாபம் சம்பாதித்துள்ளது.

குறிப்பிட்ட நாடுகளுக்குச் செல்லாமல் வழியிலேயே அரிசி வேறு நாடுகளில் இறக்குமதி செய்யப்பட்டுள்ளது.

ஆனாலும் இந்த விவகாரம் அதன் பிறகு என்னவாயிற்று என்றே தெரியவில்லை

ஒரிசா சுரங்க ஊழல்

ஆதித்ய பிர்லா குழுமம் பல் தொழில் செய்யும் பன்னாட்டு நிறுவனம். 33 நாடுகளில் இதன் கிளைகள் உள்ளன. லட்சத்திற்கும் மேற்பட்டோர் இந்தக் குழுமத்தில் பணியாற்றி வருகின்றனர்.

இந்த அளவிற்கு மிகப் பெரிய நிறுவனமான ஆதித்ய பிர்லா குழுமத்திற்குச் சொந்தமான ஹின்டால்கோ என்னும் நிறுவனத்திற்கு ஒரிசா மாநிலம் தலபிரானில் இரண்டு நிலக்கரி சுரங்கங்கள் 2005ஆம் ஆண்டு நவம்பர் மாதம் 10ஆம் தேதி ஒதுக்கீடு செய்யப்பட்டன.

இந்த ஒதுக்கீட்டில் முறைகேடுகள் நடந்ததாகக் குற்றச்சாட்டு எழுந்ததைத் தொடர்ந்து சிபிஐ விசாரணை மேற்கொண்டது. அதன் மும்பை, கொல்கத்தா மற்றும் ஐதராபாத் நகரங்களில் உள்ள அலுவலகங்களில் அதிரடி சோதனை நடந்தது.

இதனையடுத்து நிலக்கரி சுரங்கங்களை ஒதுக்கீடு செய்ததில் பெருமளவில் ஊழல் நடைபெற்றதாக சிபிஐ அதிகாரிகள் ஆதித்ய பிர்லா குழுமத் தலைவர் குமார் மங்கலம் பிர்லா மீது வழக்கு பதிவு செய்தது.

அதேபோல மத்திய அரசின் நிலக்கரித் துறை முன்னாள் செயலர் பி.சி. பரேக் மீதும் இதுதொடர்பாக வழக்கு பதிவு செய்யப் பட்டது.

2006ஆம் ஆண்டு முதல் 2009ஆம் ஆண்டு வரை நடந்த நிலக்கரி ஒதுக்கீடு தொடர்பாக முதல்கட்ட விசாரணை நடைபெற்று, 19 வழக்குகள் பதிவு செய்யப்பட்டது.

இதனையடுத்து இரும்பு மற்றும் இதர கனிமவளச் சுரங்க முறைகேடுகளைப் பற்றி விசாரிக்க 2010ஆம் ஆண்டு ஓய்வுபெற்ற உச்சநீதிமன்ற நீதிபதி ஷா தலைமையில் விசாரணைக் கமிஷன் ஒன்று அமைக்கப்பட்டது.

கர்நாடகா மற்றும் கோவா மாநிலங்களில் பல ஆயிரம் கோடி ரூபாய் அளவிற்கு நடைபெற்ற கனிமவளக் கொள்ளை பற்றி முழுமையாக விசாரித்து அறிக்கை அளித்திருந்தார் ஷா. எனவே தான் ஓரிசா சுரங்க ஊழல் பற்றி விசாரணை நடத்தவும் இவரே அழைக்கப்பட்டார்.

ஓரிசாவில் கனிமச் சுரங்க ஒதுக்கீட்டில் முறைகேடுகள் நடந்துள்ளது இவரது விசாரணையில் கண்டுபிடிக்கப்பட்டது. சட்டவிரோதமாகக் கனிம வளங்கள் கொள்ளையடிக்கப்பட்டது என்றும், இதனால் அரசுக்கு சுமார் 60 ஆயிரம் கோடி ரூபாய் அளவிற்கு இழப்பு ஏற்பட்டுள்ளது என்றும் ஷா கமிஷன் கண்டறிந்தது.

ஓரிசாவில் மட்டுமல்ல வெளி மாநிலங்களைச் சேர்ந்த சில பெரு முதலாளிகளும், உயரதிகாரிகளும், மாநில அரசுகள் மற்றும் அரசியல்வாதிகளும் கூட்டுச் சேர்ந்து இந்த மோசடியில் ஈடுபட்டது தெளிவாகத் தெரிந்தது.

மாநிலத்தின் சுரங்கத்துறை அதிகாரிகள் பலர் இவர்களுக்குத் துணையாக நின்று பல கிரிமினல் நடவடிக்கையில் ஈடுபட்டுள்ளனர்.

ஆண்டு வரவு செலவில் அகழாய்வுப் பணிகளுக்கு 16 சதவீதம் அளவிற்கே அரசுத்துறை நிறுவனங்கள் செலவுக் கணக்கு காட்டுவது வழக்கம். ஆனால் தனியார் நிறுவனங்கள் 62 சதவீதம் அளவிற்குச் செலவிட்டதாகக் கணக்குக் காட்டி லாப விகிதம் குறைத்துக் காட்டும் மோசடித்தனம் நடந்துள்ளது.

நாட்டின் இயற்கை வளங்கள் வரையறையின்றி கொள்ளை அடிக்கப்பட்டுள்ளது. அற்பக் கூலிக்கு ஆசைப்பட்டு சுரங்கத் தொழிலாளர்களின் உழைப்பு சுரண்டப்பட்டது. அங்கு காலம் காலமாக வசித்து வந்த பழங்குடியின மக்கள் அப்புறப்படுத்தப் பட்டனர்.

கடந்த இருபது ஆண்டுகளாக இந்தக் கொள்ளை நடந்து வந்த போதிலும் இதுகுறித்து எந்தவிதமான நடவடிக்கையும் எடுக்காமல் ஆட்சியாளர்கள் ஊழலுக்கு உடந்தையாகவே இருந்துள்ளார்கள் என்று ஷா கமிஷன் அறிக்கை காரசாரமாக வெளியானது.

60 ஆயிரம் கோடி ரூபாய் அளவிற்கு நடந்த மிகப் பெரிய ஒரிசா சுரங்க ஊழல் நாட்டையே உலுக்கியது என்பதே உண்மை.

மதுகோடா சுரங்க ஊழல்

காங்கிரஸ் கட்சியைச் சேர்ந்தவரும், பிரபல தொழிலதிபருமான நவீன் ஜிண்டாலுக்கு ஜார்க்கண்ட் மாநிலத்தில் அமர்கொண்டா என்னும் இடத்தில் நிலக்கரி சுரங்கத்திற்கான அனுமதியை அம்மாநில அரசு வழங்கியது.

2006ஆம் ஆண்டு முதல் 2008ஆம் ஆண்டு வரை அம்மாநில முதல்வராக இருந்த மதுகோடா என்பவர் இந்த நிலக்கரிச் சுரங்க ஒதுக்கீட்டில் நவீன் ஜிண்டாலுக்கு ஆதரவாகச் செயல்பட்டார் என்ற குற்றச்சாட்டு எழுந்தது.

இதுகுறித்து சிபிஐ விசாரித்தபோது இந்தக் குற்றச்சாட்டு உண்மை என்று உறுதியாகத் தெரிவித்தது.

இந்த வழக்கில் நவீன் ஜிண்டால், ஜார்க்கண்ட் மாநில முதல்வர் மதுகோடா, மத்திய நிலக்கரித்துறை இணையமைச்சராக இருந்த தாசரி நாராயண ராவ் உள்ளிட்டோர் மீது வழக்கு பதிவு

மதுகோடா

செய்யப்பட்டது. ஆனாலும் இந்த வழக்கில் விசாரணை அறிக்கையை நீதிமன்றத்தில் தாக்கல் செய்வதில் சிபிஐ தாமதம் செய்தது.

நிலக்கரி சுரங்க ஒதுக்கீட்டில் அம்மாநில முதல்வராக இருந்த மதுகோடா சுமார் 4 ஆயிரம் கோடி ரூபாய் வரை ஊழல் செய்ததாகவும், அதனைப் பயன்படுத்தி பல்வேறு நாடுகளில் நிறைய சொத்துக்களை வாங்கிக் குவித்துள்ளதாகவும் குற்றம் சாட்டப் பட்டது.

மதுகோடா வீட்டில் சிபிஐ அதிரடி ஆய்வு மேற்கொண்ட போது 2 ஆயிரம் கோடி ரூபாய் பணம் மற்றும் தங்க நகைகள் கைப்பற்றப்பட்டது. இந்த அளவு பணத்தைத் தனது சொந்த வீட்டிலேயே பதுக்கி வைக்கும் அளவிற்கு அவருக்கு எப்படித் துணிச்சல் வந்தது என்பது வியப்பாகவே உள்ளது.

பின்னர் சுமார் ஆயிரம் கோடி ரூபாய் மதிப்பிலான சொத்துக் கள் அவரிடமிருந்து மீட்கப்பட்டன.

மொத்தத்தில் சுரங்க ஊழலில் 37 ஆயிரம் கோடி ரூபாய் வரை மாநில அரசுக்கு இழப்பு ஏற்பட்டதாகக் கூறப்படுகிறது.

எல்.ஐ.சி. வீட்டுக் கடன் ஊழல்

எல்ஐசி என்று சுருக்கமாக அழைக்கப்படும் ஆயுள் இன்சூரன்ஸ் நிறுவனம் ஓர் அரசுத்துறை நிறுவனம். எல்ஐசி தவிர பொதுத்துறை நிறுவனங்களான எல்ஐசி ஹவுசிங் ஃபைனான்ஸ், பாங்க் ஆஃப் இந்தியா, சென்ட்ரல் பாங்க் ஆஃப் இந்தியா, பஞ்சாப் நேஷனல் வங்கி உள்ளிட்டவை வீடு கட்டுவதற்காகக் கடன் வழங்கி வருகின்றன.

இவ்வாறு கடன் வழங்கியதில் பல ஆயிரம் கோடி ரூபாய் அளவிற்கு மோசடி நடைபெற்றதாக சிபிஐக்கு இரகசியத் தகவல் கிடைத்தது. இதனையடுத்து சிபிஐ அதிகாரிகள் தீவிர விசாரணை நடத்தினர். அப்போது எல்ஐசி உள்ளிட்ட பொதுத்துறை நிதி நிறுவன அதிகாரிகளுக்கு சில தனியார் நிதி நிறுவனங்கள் லஞ்சமாகப் பெருந்தொகை கொடுத்து முறைகேடாக வீட்டுக் கடன்களைப் பெற்றது கண்டுபிடிக்கப்பட்டது.

மட்டுமல்லாமல் பொதுத்துறை நிறுவனங்களின் வர்த்தகம் தொடர்பான முக்கியத் தகவல்களும் திருடப்பட்டதும் கண்டு பிடிக்கப்பட்டது.

இதனையடுத்து டெல்லி, மும்பை, கொல்கத்தா, ஜெய்ப்பூர், ஜலந்தர் உள்ளிட்ட நகரங்களில் உள்ள முக்கிய அலுவலகங்களில் சிபிஐ அதிரடி சோதனை நடத்தியது. இதில் பல முக்கியமான ஆவணங்கள் சிக்கின.

இந்த ஊழல் தொடர்பாக எல்ஐசி நிறுவனத் தலைமை அதிகாரி உட்பட எட்டு உயரதிகாரிகள் கைது செய்யப்பட்டனர்.

இச்சம்பவம் நாட்டையே உலுக்கியது.

2010ஆம் ஆண்டு கடன் வழங்குவதில் விதிமுறைகளை முறையாகப் பின்பற்றவில்லை என்று எல்.ஐ.சி வீட்டுக் கடன் நிறுவனத்தின் முன்னாள் முதன்மை செயல் அலுவலர் ஆர் ஆர் நாயர் குற்றம் சாட்டப்பட்டார்.

அதேபோல 2010ஆம் ஆண்டு நவம்பர் மாதம் கார்ப்பரேஷன்

வங்கியின் முன்னாள் நிர்வாக இயக்குனர் ராம்நாத் பிரதீப் மீது இதே மாதிரியான குற்றங்கள் சுமத்தப்பட்டன.

அதாவது இந்திய வங்கித் துறையினர் பெரும் பண முதலைகளின் போலியான நிறுவனங்களுக்கு பல ஆயிரம் கோடி ரூபாயைக் கடனாக வாரி வழங்கியுள்ளனர்.

இவ்வாறு கடன் வழங்கப்பட்டதற்காக உயரதிகாரிகளுக்கு குறிப்பிட்ட அளவு பணம் லஞ்சமாக அளிக்கப்பட்டுள்ளது.

எல்ஐசி நிறுவனத்தின் வீட்டுக் கடன் பிரிவு பெரும் தொழிலதிபர்களுக்கு பல ஆயிரம் கோடி ரூபாயை வீட்டுக் கடனாக அள்ளி இறைத்துள்ளது.

இவ்வாறு எல்ஐசி மற்றும் வங்கித்துறை அதிகாரிகள் கடன் வழங்கியதில் கைமாறிய லஞ்சப் பணம் ஆயிரம் கோடி ரூபாய் அளவிற்கு இருக்கலாம் என்று சிபிஐ தெரிவித்தது.

பிரபல ரியல் எஸ்டேட் நிறுவனமான மணி மேட்டர்ஸின் நிறுவனரும் இந்த விவகாரத்தில் கைது செய்யப்பட்டார்.

ரியல் எஸ்டேட் நிறுவனங்களுடன் இணைந்து போலியாகப் பத்திரங்கள் மற்றும் ஆவணங்கள் தயாரித்து, பொய்யான நிலங்களின் பேரில் இல்லாத ஒருவருக்குப் பல கோடி ரூபாய் கடனாக அளிக்கப் பட்டுள்ளது.

இந்த மோசடிச் செயல் காரணமாக உண்மையாகவும், நியாய மாகவும் வீட்டுக் கடனுக்காக விண்ணப்பித்த பல நடுத்தர மக்கள் பாதிக்கப்பட்டார்கள் என்பதுதான் வருத்தம் தரும் உண்மை.

இந்த மெகா மோசடி நாட்டையே அதிர்ச்சி அடைய வைத்தது. வாடிக்கையாளர்கள் மத்தியில் பெரும் பீதியும் ஏற்பட்டது.

இதன்காரணமாக எல்ஐசி மற்றும் பொதுத்துறை வங்கிகளின் பங்குகள், பங்குச் சந்தையில் பெரிய அளவில் மோசமான சரிவைச் சந்தித்தது.

ஆதர்ஷ் ஊழல்

கார்கில் போரில் இந்தியா வெற்றி வாகை சூடிய போதிலும் நூற்றுக்கணக்கான நமது வீரர்களைப் போரில் இழக்க நேரிட்டது. இவ்வாறு தங்கள் இன்னுயிரைத் தந்து நம் தாய் மண்ணைக் காக்கும் வீரர்களுக்கு ஷூக்கள் வாங்கிக் கொடுக்க வேண்டும்.

இறந்துபோன நம் வீரர்களின் உடலைப் புதைக்க சவப்பெட்டிகள் வாங்க வேண்டும்.

இது அரசின் கடமை.

ஆனால் இந்த நியாயமான கடமையிலும் ஊழல்கள் செய்தால் அவர்களை என்ன செய்வது?

நம் இந்திய இராணுவ வீரர்களுக்கு ஷூக்கள் வாங்கியதிலும், சவப்பெட்டிகள் வாங்கியதிலும் கமிஷன் பெற்றுக் கொண்ட துரோகச் செயலைச் செய்திருக்கிறார்கள் நம் அரசியல்வாதிகள்.

இதற்கு மேலாக இன்னொரு கேவலமான குற்றச்செயலையும் அரசியல்வாதிகளும், அதிகாரிகளும் இணைந்து செய்துள்ளனர்.

அதுதான் ஆதர்ஷ் ஊழல் என்னும் கார்கில் வீரர்களுக்காகக் கட்டிக் கொடுக்கப்பட்ட குடியிருப்பில் கணிசமாக நடந்த ஊழல்.

மும்பை கொலாபா என்னும் பகுதியில் இராணுவத்திற்குச் சொந்தமான நிலம் உள்ளது. அதில் ஆறு மாடிகள் கொண்ட அடுக்குமாடிக் குடியிருப்பைக் கட்டி, கார்கில் போரில் பங்கேற்ற வீரர்களுக்கும், அந்தப் போரில் உயிர்த் தியாகம் செய்த வீரர்களின் மனைவியர்களுக்கும் வழங்கப் போவதாக மராட்டிய அரசு ஒரு திட்டத்தை முன்வைத்தது.

இதற்காக ஆதர்ஷ் கூட்டுறவு குடியிருப்பு சங்கம் ஒன்றை அம்மாநில அரசு உருவாக்கியது.

இதுவரையிலும் இது மிக அருமையான நல்ல திட்டம்தான். ஆனால் இத்திட்டத்தின்படி வீடுகள் கார்கில் போர் வீரர்களுக்கு ஒதுக்கப்பட்டதா என்பதில்தான் பிரச்சனை எழுந்தது.

அதாவது இந்த அடுக்குமாடிக் குடியிருப்பில் யாருக்கு வீடு ஒதுக்கப்பட்டது தெரியுமா?

மராட்டிய மாநில அப்போதைய முதல்வர் அசோக் சவானின் மாமியார் மற்றும் மருமகளுக்கு வீடுகள் ஒதுக்கப்பட்டன. இவர்களுக்கும் கார்கில் போருக்கும் எந்தச் சம்பந்தமும் கிடையாது என்ற போதிலும், தங்கள் அதிகாரத்தைப் பயன்படுத்தி இந்த ஊழல் நடந்துள்ளது.

இந்த விஷயம் எப்படியோ வெளியே கசிந்துவிட்டது.

ஊடகங்கள் இந்த விவகாரத்தை மக்களிடம் கொண்டு சென்றதும், இந்த விவகாரத்தில் அசோக் சவானுக்கு மட்டுமே

சம்பந்தம் உள்ளது போன்ற ஒரு தோற்றத்தை ஏற்படுத்த முனைந்தது அசோக் சவான் சார்ந்திருந்த காங்கிரஸ் கட்சி.

எனவே மராட்டிய முதல்வர் பதவியில் இருந்து சவானை விலக வைத்து, அவர் மட்டுமே குற்றவாளி என்று அனைவரையும் ஏற்கவும் வைத்தது. இத்துடன் அந்த விவகாரம் முடிவுக்கு வந்து விடும் என்பது காங்கிரஸ் கட்சியின் நம்பிக்கை.

ஆனால் இந்த விவகாரம் அத்துடன் முடிந்து போய்விட வில்லை. இந்த ஊழலைப் பற்றி மேலும் மேலும் விவரங்களை சேகரிக்க ஆரம்பித்ததும்தான் இதில் அசோக் சவான் மட்டுமல்ல முக்கிய எதிர்க்கட்சிகளான பாஜக, சிவசேனா உள்ளிட்ட அரசியல் கட்சிகளைச் சார்ந்தவர்களும், அதிகாரிகளும் மட்டுமல்லாமல் இராணுவ உயரதிகாரிகளும் கூட சம்பந்தப்பட்டிருந்த அதிர்ச்சித் தகவல் வெளியே வந்தது.

ஆக இது ஒரு சாதாரண ஊழல் கிடையாது; அசாதாரண ஊழல். மிகப் பெரிய வலைப் பின்னல் இதன் பின்னணியில் இருப்பது அம்பலமானது.

துவக்கத்தில் 6 மாடிகளில் 40 வீடுகள் கட்டப்பட வேண்டும் என்பதுதான் திட்டம். ஆனால் பின்னர் சுற்றுச்சூழல் விதிகளைக் காற்றில் பறக்க விட்டுவிட்டு 31 மாடிகளில் 103 வீடுகள் என்ற இலக்கு நிர்ணயிக்கப்பட்டது.

இவ்வாறு வீடுகளின் எண்ணிக்கை அதிகரித்திருப்பதன் மூலம் மொத்த வீடுகளில் 60 சதவீதம் வீடுகள் கார்கில் போரில் ஈடுபட்ட தியாகிகளுக்கு வழங்கப்படும் என்றும், மீதமுள்ள 40 சதவீத வீடுகள் பொதுமக்களுக்கு ஒதுக்கப்படும் என்றும் விதிமுறைகளில் மாற்றம் செய்யப்பட்டன.

ஆனால் உண்மையில் நடந்தது என்ன தெரியுமா?

மொத்தமுள்ள 103 வீடுகளில் 34 வீடுகள் மட்டுமே இந்திய இராணுவத்தைச் சேர்ந்தவர்களுக்கு ஒதுக்கப்பட்டது. அதிலும் கார்கில் போரில் ஈடுபட்ட தியாகிகளுக்கு ஒதுக்கப்பட்ட வீடுகள் எத்தனை தெரியுமா?

வெறும் மூன்றே மூன்று!

இதைவிடக் கேவலமான செயல் வேறு என்ன இருக்க முடியும்?

இந்திய இராணுவத்திற்கும், குறிப்பாக கார்கில் போரில் ஈடுபட்ட தியாகச் செம்மல்களுக்கும் இதைவிட வேறு என்ன அவமானத்தை இந்த அரசியல்வாதிகள் தந்துவிட முடியும்?

இந்தக் குடியிருப்பில் 40 சதவீத வீடுகள் பொதுமக்களுக்கு ஒதுக்கப்பட்டது அல்லவா! அந்தப் பொதுமக்கள் யாரென்று தெரிந்தால் தலை சுற்றிக் கீழே விழுந்து விடுவீர்கள்.

சிவசேனா கட்சியைச் சேர்ந்த முன்னாள் மத்திய அமைச்சர்

சுரேஷ் பிரபு, மராட்டிய முன்னாள் முதல்வரும், அப்போதைய மத்திய அமைச்சரும், காங்கிரஸ் கட்சியைச் சேர்ந்தவருமான சுசில் குமார் ஷிண்டே, அப்போதைய பாஜக தலைவரும், பின்னர் மத்திய அமைச்சருமாகப் பதவி வகித்த நிதின் கட்காரி உள்ளிட்ட அனைத்துக் கட்சிகளின் முக்கிய தலைவர்கள்தான் அந்தப் பொது மக்கள்.

பாஜக தேசிய செயற்குழு உறுப்பினரும், நாக்பூரைச் சேர்ந்த பெரும் தொழிலதிபருமான அஜய் சஞ்சேதி என்பவரின் மகன் மற்றும் அவரது கார் ஓட்டுநர் ஆகியோர் பெயர்களிலும் ஆதர்ஷ் குடியிருப்பில் வீடுகள் ஒதுக்கப்பட்டன. இந்த கார் ஓட்டுநர் நிதின் கட்காரியின் பினாமி என்ற குற்றச்சாட்டும் உண்டு.

இவர்களுக்குத்தான் கார்கில் வீரர்களுக்காகக் கட்டப்பட்டக் குடியிருப்பில் வீடுகள் ஒதுக்கப்பட்டன.

மட்டுமல்லாமல் இன்னுமொரு கேவலத்திலும் கேவலமான செயலும் இந்த ஊழலில் நடந்துள்ளது.

அதாவது பொதுமக்கள் பட்டியலில் இந்திய இராணுவ முன்னாள் தலைமைத் தளபதிகள் என் சி விஜ், தீபக் கபூர், முன்னாள் கடற்படைத் தளபதி மாதவேந்திர சிங், வைஸ் அட்மிரல் மதன்ஜித் சிங், மேஜர் ஜெனரல் ஆர் கே ஹூடா உள்ளிட்ட பல உயர் இராணுவ அதிகாரிகளும் இடம்பிடித்தனர்.

இவர்களுக்கும் இந்தக் குடியிருப்பில் வீடுகள் ஒதுக்கப்பட்டது அனைத்து இந்தியர்களின் நெஞ்சங்களையும் கசக்கிப் பிழிவதாக அமைந்தது.

இந்தக் குடியிருப்பில் இடம் ஒதுக்கப்பட வேண்டுமென்றால் அவர்கள் மும்பையில் தொடர்ந்து 15 ஆண்டுகள் குடியிருந்திருக்க வேண்டும் என்பது விதிமுறைகளில் ஒன்று.

அடுத்து சொந்த வீடே அவர்களுக்கு இருக்கக்கூடாது என்பதும் மற்றொரு விதி.

ஆண்டு வருமானம் குறிப்பிட்ட அளவிற்குக் கீழ் இருக்க வேண்டும் என்பதும் இன்னொரு விதி.

ஆனால் முன்னாள் தலைமைத் தளபதி தீபக் கபூருக்கு குர்கானில் 6 வீடுகளும், மும்பையில் லோகன்ட்வாலா என்னும் இடத்தில் ஒரு வீடும் உள்ளது. அப்படி இருந்தும் அவருக்கும் ஆதர்ஷ் குடியிருப்பில் வீடு ஒதுக்கப்பட்டது.

அசோக் சவான்

வீடுகள் ஒதுக்கப்பட்ட இராணுவ உயரதிகாரிகள் அனைவரும் தங்கள் ஊதியச் சான்றை மறைத்து, போலியான சான்றிதழைக் காட்டி வீடுகளைப் பெற்றுள்ளனர்.

இப்படி விதிமுறைகளைப் பற்றிக் கொஞ்சமும் கவலைப் படாமல், அதற்குக் கிஞ்சித்தும் மரியாதை கொடுக்காமல் 2004ஆம் ஆண்டு அனுமதிகளை அள்ளி வழங்கியவர் அங்கு மாவட்ட ஆட்சியராக இருந்த பிரதீப் வியாஸ்.

இந்த மாவட்ட ஆட்சியர் தமது மனைவி நீனா வியாஸ் பெயரில் ஒரு வீட்டை ஒதுக்கிக் கொண்டார். மேலும் நகர்ப்புற வளர்ச்சித் துறையின் துணைச் செயலாக இருந்த தேஷ்முக் என்பவர் உள்ளிட்ட இன்னும் சில அதிகார வர்க்கத்தைச் சேர்ந்த அதிகாரிகளுக்கும் வீடுகள் ஒதுக்கப்பட்டன.

கடற்கரையில் இருந்து 500 மீட்டர் தொலைவு வரை கடலோர ஒழுங்குமுறைப் பிராந்தியம் என்றும், அந்தப் பகுதியில் வீடுகள் மற்றும் கட்டடங்கள் கட்டுவது சுற்றுச்சூழல் விதிகளுக்கு மாறானது என்றும் கூறி அந்தப் பகுதியில் இருந்த மீனவக் குடியிருப்புகள் மற்றும் சேரிப்பகுதிகளைச் சேர்ந்த ஆயிரக்கணக் கான வீடுகள் மும்பையில் இடித்துத் தள்ளப்பட்ட சம்பவமும் உண்டு.

ஆனால் கடலோரப் பகுதியில்தான் ஆதர்ஷ் அடுக்குமாடிக் குடியிருப்பு கட்டப்பட்டது. சுற்றுச்சூழல் பாதிப்பு இதனால் ஏற்படாதா என்பது நியாயமான கேள்வியே.

இந்த அளவிற்கு விதிமுறைகள் முற்றிலுமாக மீறப்பட்டு ஆதர்ஷ் குடியிருப்பு கட்டப்பட்ட நிலையில், ஒட்டுமொத்த அதிகார வர்க்கமும் குவிந்து கிடந்த நிலையில், இந்த விவகாரம் எப்படி வெளி உலகிற்குத் தெரியவந்தது தெரியுமா?

ஆதர்ஷ் குடியிருப்பு கட்டப்பட்டிருந்த இடம் கப்பல் தளத்திற்கு வெகு அருகாமையில் இருந்தது. அங்கிருந்து கடற் படைத் தளத்தை உளவு பார்ப்பதும், தளத்தின் மீது தாக்குதல் நடத்துவதும் மிகவும் எளிது.

எனவே இந்த ஆதர்ஷ் குடியிருப்பு கடற்படைத் தளத்தின் பாதுகாப்புக்குப் பெரும் அச்சுறுத்தலாக அமைந்துள்ளதாக இராணுவ அமைச்சகத்திற்கு அப்போதைய கடற்படைத் துணை அட்மிரல் சஞ்சீவ் பாசின் கடிதம் ஒன்றை எழுதினார்.

மேலும், இத்திட்டத்தைச் செயல்படுத்தும் ரியல் எஸ்டேட் நிறுவனம் மற்றும் இக்குடியிருப்பைக் கட்டுவதற்கு அனுமதியளித்த அதிகாரிகள் மீது உடனடியாகத் தகுந்த நடவடிக்கை எடுக்க வேண்டும் என்றும் அவர் கோரிக்கை விடுத்திருந்தார்.

இதனிடையே ஆதர்ஷ் குடியிருப்பில் பயனடைந்தவர்கள் பற்றி விவரத்தை தகவலறியும் உரிமைச் சட்டத்தின் கீழ் பூனாவைச் சேர்ந்த விஹார் துர்வே என்பவர் கேட்டிருந்தார்.

ஆனால் அவருக்குத் தகவல் அளிக்க இரண்டு முறை மறுக்கப் பட்டது. மராட்டிய அரசின் தகவல் அறியும் உரிமைச் சட்ட கமிஷனர் ரமானந்த் திவாரி என்பவரின் மகனுக்கும் இக்குடியிருப் பில் வீடு ஒதுக்கப்பட்டிருந்ததுதான் இதற்குக் காரணம்.

உடனடியாக இராணுவ அமைச்சகம் இதுகுறித்து விசாரிக்கத் தொடங்கியது. அப்போதுதான் இராணுவ உயரதிகாரிகள் பலரும் இதில் சம்பந்தப்பட்டிருந்தது தெரியவந்தது.

மேலும் அரசியல் கட்சியின் முக்கியத் தலைவர்களும் இந்த விவகாரத்தில் கலந்திருப்பதும் அப்போதுதான் தெரியவந்தது.

ஆதர்ஷ் ஊழல் அம்பலமானதும், 'இந்தக் குடியிருப்பில் வீடுகள் இராணுவ வீரர்களுக்கு ஒதுக்கப்பட்டவை என்று தெரியாது' என்று அதில் சம்பந்தப்பட்ட தலைமைத் தளபதிகளான கபூர், விஜ் ஆகியோர் புளுகு மூட்டைகளை அவிழ்த்துவிட்டனர்.

‘இந்தச் சிறிய விஷயத்தை வைத்துக் கொண்டு இராணுவத்தின் ஒழுக்கம், கட்டுப்பாடுகளைக் குறைத்து மதிப்பிட வேண்டாம்’ என்று வழிந்தார் அப்போதைய இராணுவத் தளபதி.

இப்படியாக இந்திய இராணுவ வீரர்களின் பெயரால் நடந்த மெகா ஊழலின் அடுத்த கட்டம் இன்னும் கொடுமையானது.

ஆதர்ஷ் குடியிருப்பு அமைந்த இடமான கொலாபாவில் உள்ள இராணுவ எஸ்டேட் அலுவலகக் கோப்புகளில் முக்கிய ஆவணங்கள் பல சட்டென்று காணாமல் மறைந்து போயின.

இராணுவத்திற்குச் சொந்தமான அந்த நிலத்தில் அடுக்குமாடி வீடு கட்டுவதற்கு 2000 ஆண்டு மார்ச் மாதம் வழங்கப்பட்ட தடையில்லா சான்றையும் காணவில்லை. தொடக்கத்தில் எந்தெந்த வீரர்களுக்கு வீடு ஒதுக்கப்படுவதாக இருந்த திட்ட முன்வரைவை யும் காணோம்.

அம்மாநில அரசின் நகர்ப்புற வளர்ச்சித் துறையில் ஆதர்ஷ் சங்கம் தொடர்பான கோப்புகளில் முக்கியமான பேப்பர்கள் பலவும் மறைந்து போயின.

இந்தத் தகவலைப் பின்னர் சிபிஐ வருத்தத்துடன் தெரிவித்தது. எனினும் ஆதர்ஷ் ஊழல் குறித்து அசோக் சவான் உட்பட 12 பேர் மீது நீதிமன்றத்தில் சிபிஐ குற்றப்பத்திரிகை தாக்கல் செய்தது.

எனினும் அசோக் சவான் மீது வழக்குத் தொடர கடந்த 2013ஆம் ஆண்டு டிசம்பர் மாதம் மராட்டிய மாநில ஆளுநர் கே.சங்கரநாராயணனிடம் சிபிஐ அனுமதி கேட்டது.

அப்போது மத்தியில் காங்கிரஸ் கட்சியின் ஆட்சி நடை பெற்றது. அசோக் சவானும் காங்கிரஸ் கட்சியின் மூத்தத் தலைவர். எனவே சவான் மீது வழக்குத் தொடர ஆளுநர் அனுமதி அளிக்க மறுத்துவிட்டார்.

இதனையடுத்து சவான் பெயரை நீக்குமாறு நீதிமன்றத்தில் சிபிஐ தெரிவித்தது. ஆனால் அதற்கு சிபிஐ சிறப்பு நீதிமன்றம் மறுத்துவிட்டது.

பின்னர் மத்தியில் ஆட்சி மாற்றம் ஏற்பட்டது. பாஜக ஆட்சிப் பொறுப்பேற்றது. மராட்டிய மாநிலத்திலும் வித்யாசாகர் ராவ் ஆளுநராகப் பொறுப்பேற்றார். இதனையடுத்து அசோக் சவான் மீது வழக்குத் தொடர அனுமதியளிக்கப்பட்டது.

உண்மையான நீதி கிடைத்தால் சரிதான்.

காமன்வெல்த் விளையாட்டுப் போட்டி ஊழல்.

காமன்வெல்த் விளையாட்டுப் போட்டிகள் டெல்லியில் 2010ஆம் ஆண்டு அக்டோபர் மாதம் நடைபெற்றது. இந்தப் போட்டிக்கான ஏற்பாடுகளை போட்டி அமைப்புக் குழுத் தலைவர் சுரேஷ் கல்மாடி செய்துவந்தார்.

சுரேஷ் கல்மாடி காங்கிரஸ் கட்சியைச் சேர்ந்தவர். மத்திய அமைச்சராகவும் பதவி வகித்தவர்.

காமன்வெல்த் போட்டிக்காக நவீன விளையாட்டு அரங்கங்கள், நீச்சல் குளங்கள், வீரர்கள் தங்குவதற்கு வசதியாக குடியிருப்புகள் போன்றவற்றைப் புதிதாக அமைத்திட அவர் முடிவெடுத்தார்.

அத்துடன் ஏற்கெனவே இருந்த விளையாட்டு அரங்கங்களை சர்வதேச தரத்திற்கேற்ப நவீனமயமாக்கவும் முடிவெடுக்கப்பட்டு அதற்கான வேலைகள் தொடங்கின.

இங்குதான் ஊழல் பேர்வழிகள் உற்சாகத்தோடும், சுயநலத்தோடும் நடந்து கொண்டனர். இவற்றை அமைப்பதில் எவ்வளவு முடியுமோ, அவ்வளவு சுருட்டிக் கொள்ள வேண்டும் என்பதுதான் அவர்களின் திட்டமாக இருந்தது.

இதற்காக காமன்வெல்த் போட்டி அமைப்புக் குழு, இன்னும் சில அரசியல்வாதிகள், அதிகாரிகள், உள்நாட்டில் மட்டுமல்லாமல் வெளிநாட்டில் உள்ள முதலாளிகள் ஆகியோர் கைகோர்த்துக் கொண்டு செயல்பட்டனர்.

இங்கிலாந்து இளவரசியாரின் முன்னிலையில் காமன்வெல்த் சுடர் ஏற்றப்பட்டது. அந்தக் காட்சி பெரிய திரையில் ஒளிபரப்பப்பட்டது. மேலும் சுடர் கொண்டுவரும் ஊர்வலத்திற்காகக் கார்கள் வாடகைக்கு எடுக்கப்பட்டன.

இதுபோன்றவற்றிற்காக ஏ.எம்.பிலிம்ஸ், ஏ.எம்.கார்ஸ் மற்றும் பிரிட்டீஷ் நிறுவனங்களுடன் பல கோடி ரூபாய்க்கு ஏற்பாட்டுக் குழு ஒப்பந்தம் செய்து கொண்டது.

உண்மை என்னவென்றால் இப்படிப்பட்ட நிறுவனங்கள் உண்மையிலேயே கிடையாது. இந்த நிறுவனங்களின் முகவரிகளும் போலி.

பிரிட்டனில் உள்ள இந்தியத் தூதரகம் அனுப்பியது போன்ற போலியான சிபாரிசுக் கடிதத்தை சம்பந்தப்பட்ட அதிகாரிகளே உருவாக்கி பணம் சுருட்டப்பட்டுள்ளது.

இந்த ஊழல் வெளிச்சத்திற்கு வந்ததும் இங்கிலாந்து இளவரசி மிகுந்த மனவேதனை அடைந்ததோடு, தனது அதிருப்தியையும் தெரிவித்தார்.

ஊழல்களில் படு கேவலமான ஊழல்களில் இதுவும் ஒன்று.

விளம்பரக் கட்டணத்திலும் பெருந்தொகை சுருட்டப்பட்டக் கொடுமையான நிகழ்வும் உண்டு.

காமன்வெல்த் விளையாட்டுப் போட்டிகளுக்காக அரசு மற்றும் தனியார் நிறுவனங்களில் விளம்பரம் திரட்டித் தருவதற்காக ஸ்போர்ட்ஸ் அண்ட் மேனேஜ்மென்ட் என்னும் ஆஸ்திரேலிய நிறுவனம் அமர்த்தப்பட்டிருந்தது.

இந்த நிறுவனம் பெயரளவில் மட்டுமே இருந்தது. ஒரு சிறிய விளம்பரத்தைக்கூட இது பெற்றுத்தரவில்லை.

பொதுவாக அரசு விழாக்களுக்கு அரசு நிறுவனங்கள் விளம்பரம் தருவது என்பது வழக்கமான ஒன்று. அப்படித்தான் இந்திய அரசுத் துறை நிறுவனங்கள் அவர்களாகவே விளம்பரங்களை வழங்கினர். இதற்காகக் கோடிக்கணக்கான ரூபாய் காமன்வெல்த் ஏற்பாட்டுக் குழுவுக்குக் கிடைத்தது.

இந்த விளம்பரங்கள் வந்ததில் ஆஸ்திரேலிய நிறுவனத்திற்கு எந்தவிதமான சம்பந்தமும் கிடையாது.

ஆனால் அந்த நிறுவனம்தான் கஷ்டப்பட்டு அரசுத் துறை விளம்பரங்களைத் திரட்டித் தந்ததாகக் கூறி 23 சதவீதம் கமிஷன் தொகை வழங்கப்பட்டது.

செய்யாத வேலைக்கு கமிஷன்!

ஆனால் அப்படியொரு நிறுவனமே கிடையாது என்பது கூடுதல் தகவல்.

அப்படியானால் அந்தக் கமிஷன் பணம் யாருடைய சட்டைப் பைக்குள் அடைக்கலமானது?

அந்த காலக்கட்டத்தில் நாக்பூரில் புதிதாக ஒரு விளையாட்டு அரங்கம் கட்டப்பட்டது. அதற்கு 54 கோடி ரூபாய்தான் செலவானது.

அதேவேளையில் டெல்லி நேரு விளையாட்டு அரங்கை மேம்படுத்துவதற்காக செலவழித்த தொகை... 669 கோடி ரூபாய். புதிதாகக் கட்டப்பட்டிருந்தால்கூடப் பரவாயில்லை, மேம்படுத்த

சுரேஷ் கல்மாடி

மட்டுமே இவ்வளவு பெரிய பணம் செலவிடப்பட்டுள்ளது பெரும் சந்தேகத்தைக் கிளப்பியது.

669 கோடி ரூபாய் செலவழித்து மேம்படுத்திய அந்த விளையாட்டு அரங்கம் என்னாச்சு தெரியுமா?

லேசான மழைக்கே ஒழுக ஆரம்பித்துவிட்டது.

இந்த லட்சணத்தில் இதேபோன்று இன்னும் 17 விளையாட்டு அரங்கங்களை பல ஆயிரம் கோடி ரூபாய் செலவில் அவர்கள் மேம்படுத்தினர்!!!

உடற்பயிற்சி சாதனங்களில் ஒன்று 'டிரெட் மில்.' இதன் விலை 3 லட்சம் ரூபாய். ஆனால் காமன்வெல்த் விளையாட்டுப் போட்டிக்காக ஒரு டிரெட் மில் ஒன்பதே முக்கால் லட்சம் கொடுத்து வாடகைக்கு எடுத்துள்ளனர்.

இது மட்டுமல்ல, இதுபோன்ற பட்டியல் இன்னும் நீள்கிறது.

10 ஆயிரம் ரூபாய் மதிப்பிலான ஏர் கூலர் 40 ஆயிரம் ரூபாய்க்கு வாடகைக்கு எடுக்கப்பட்டுள்ளது.

22 ஆயிரம் ரூபாய் மதிப்பிலான கம்ப்யூட்டர் 89 ஆயிரம் ரூபாய்க்கு வாடகைக்கு எடுத்துள்ளனர்.

100 ரூபாய் மதிப்புள்ள கழிவறைக் காகிதச் சுருள் 3 ஆயிரத்து 757 ரூபாய்க்கு வாங்கப்பட்டுள்ளது.

சாதாரண குடை 6 ஆயிரம் ரூபாய்க்கு எடுத்த கேவலமான அநியாயமும் நிகழ்ந்தது. இதுகுறித்துக் கேட்கப்பட்டபோது, 'நீங்கள் நினைப்பதுபோல அவை ஒன்றும் சாதாரண குடைகள் கிடையாது. தனிச் சிறப்பு வாய்ந்தவை' என்று கொஞ்சம்கூட வெட்கமில்லாமல் பொய் மூட்டையை அவிழ்த்துவிட்டனர்.

இவ்வாறு போட்டியில் பங்கேற்கும் முக்கிய தலைவர்கள் அமர்வதற்கான சோபா செட்டுகள், குளிர்சாதன எந்திரங்கள், கார்கள் என்று இன்னும் பலவும் அவற்றின் சந்தை மதிப்பைவிட பல மடங்கு கூடுதல் விலைக்கு வாடகைக்கு எடுக்கப்பட்டது.

தொடக்க நாளில் ஒளிவெள்ளத்தைப் பாய்ச்சும் ஹீலியம் பலூனுக்கு ஒருநாள் வாடகையாக இறைக்கப்பட்ட பணம் 50 கோடி ரூபாய்.

2010ஆம் ஆண்டு காமன்வெல்த் போட்டியை நடத்துவதற்கு திட்டமிடப்பட்ட தொகை ஆயிரத்து 899 கோடி ரூபாய் மட்டுமே. ஆனால் செலவானதாகக் கணக்கில் காட்டப்பட்ட பணம் மொத்தம் 40 ஆயிரம் கோடி ரூபாய்க்கும் அதிகம்.

இந்தப் பணத்தை ஈடுகட்டுவதற்காக டெல்லி மாநில அரசின் பல்வேறு நலத்திட்டங்களின் நிதிகள் இதற்குத் திருப்பிவிடப் பட்டன. அப்போது டெல்லியில் காங்கிரஸ் கட்சியைச் சேர்ந்த ஷீலா தீட்சித் முதல்வராக இருந்தார்.

நலத் திட்டங்கள் என்னும்போது ஆதரவற்ற முதியர்களின் நலனுக்காக ஒதுக்கப்பட்ட 171 கோடி ரூபாய், தாழ்த்தப்பட்டவர்கள் நலனுக்காக ஒதுக்கப்பட்ட 744 கோடி ரூபாய், மெட்ரோ ரயில் திட்டத்திற்காக மாநில அரசு அளிக்க வேண்டிய 5 ஆயிரம் கோடி ரூபாய், பல்வேறு கலாச்சார அமைப்புகளுக்காக ஒதுக்கப்பட்ட 14 கோடி ரூபாய் உள்ளிட்ட பல திட்ட நிதிகள் காமன்வெல்த் போட்டிக்காகத் திருப்பிவிடப்பட்டன.

இதில் இன்னொரு மன்னிக்கவே முடியாத தவறையும் போட்டி ஏற்பாட்டாளர்கள் செய்தனர். அதாவது காமன்வெல்த் விளையாட்டுப் போட்டிக்காகத் தனியாக ஓரிடத்தைத் தேர்வு செய்து அங்கு ஏற்பாடுகளைச் செய்திருக்கலாம்.

ஆனால் போட்டிக்காக அவர்கள் தேர்வு செய்த இடம் தெற்கு டெல்லியை. இதனால் அந்தப் பகுதியில் நீண்ட காலமாக வசித்து வந்த குடிசை வாழ் மக்கள், நகரை அழகுபடுத்தப் போவதாகக் கூறி அங்கிருந்து அப்புறப் படுத்தப்பட்டனர்.

அவர்களின் ஓலைக் குடிசைகள் இடித்து நொறுக்கப்பட்டன. லட்சக்கணக்கான ஏழை மக்கள் வீடற்ற நிலையில் கடுங்குளிரில் அவதியடைந்தனர்.

மட்டுமல்லாமல் டெல்லியில் பிச்சை எடுத்துத் திரிந்த 60 ஆயிரம் பேர்கள் அங்கிருந்து விரட்டியடிக்கப்பட்டனர்.

இதனையடுத்து டெல்லி பெருநகரத் திட்டம் தெற்கு டெல்லி வரை விரிவுபடுத்தும் சூழல் உருவாகிற்று. இதனைப் பயன்படுத்தி டெல்லி வாழ் செல்வந்தர்கள் அந்தப் பகுதிகளைக் கைப்பற்றும் முயற்சியில் அப்போதிருந்தே ஈடுபடத் தொடங்கினர்.

இது மட்டுமல்லாமல் விளையாட்டுப் போட்டிகளில் வீரர்களைச் சேர்ப்பதற்கும் லஞ்சம் வாங்கப்பட்டது. பெண் வீரர்களோ லஞ்சப் பணத்திற்குப் பதிலாக பாலியல் நிர்ப்பந்தங் களுக்கு ஆளாக்கப்பட்டனர்

புதிதாகக் கட்டப்பட்ட காமன்வெல்த் அரங்கத்தின் மேல் தளம் இடிந்து விழுந்த அவலம்

இவ்வாறு பல்வேறு தப்புத்தாளங்கள் காமன்வெல்த் விளையாட்டுப் போட்டி ஏற்பாட்டில் நடந்தது வெளியே தெரிய ஆரம்பித்தது.

எதிர்க்கட்சிகள் குரல் எழுப்பத் தொடங்கினர். பொதுமக்கள் வெறுப்பை உமிழ்ந்தனர். கோடிக் கணக்கில் நடந்த இந்த ஊழலைப் பார்த்து ஆளும் காங்கிரஸ் கட்சியில் சிலரும் மிரண்டு போயினர்.

எனவே இந்த முறைகேடுகளைக் கண்டறிந்தே ஆக வேண்டிய தவிர்க்க முடியாத நிலை. லஞ்ச ஒழிப்புத்துறை முடுக்கிவிடப் பட்டது. சுமார் 16 ஏற்பாடுகளில் முறைகேடுகள் நடந்துள்ளது உறுதி செய்யப்பட்டது.

இதனிடையே கணக்குத் தணிக்கை அதிகாரியும் இடைக்கால அறிக்கை ஒன்றைத் தாக்கல் செய்தார். அதிலும் ஊழல் நடந்தது உறுதிசெய்யப்பட்டது.

கட்டுமானப் பணிகளுக்காக பீகார் மற்றும் ஜார்க்கண்ட் உள்ளிட்ட பின்தங்கிய மாநிலத்தைச் சேர்ந்த பத்து லட்சத்திற்கும் மேற்பட்ட தொழிலாளர்களை மிகமிகக் குறைந்த சம்பளத்திற்கு வரவழைத்து கொத்தடிமைகளாக நடத்தப்பட்டனர். வேலை என்ற பெயரில் அவர்கள் அனைவரும் கசக்கிப் பிழியப்பட்டனர்.

இந்த அப்பாவித் தொழிலாளர்கள் தங்குவதற்குக்கூட இடம் ஒதுக்கப்படவில்லை. கிடைத்த இடங்களில், பிளாஸ்டிக் தார்பாய், தகரக் கொட்டகை போன்றவற்றில் மொத்தமாக அடைத்து தங்கச் செய்தனர். இதனால் தொற்று நோய்த் தாக்குதலுக்கு ஆளாகி நூற்றுக்கும் மேற்பட்டோர் பலியான சோக சம்பவமும் நிகழ்ந்தது.

மேலும் கட்டுமானப் பணிகளில் போதுமான பாதுகாப்பு ஏற்பாடுகள் செய்துதரப்படவில்லை. தரக்குறைவான, மலிந்த பொருட்களைப் பயன்படுத்தி கட்டடங்களும், பாலங்களும் கட்டப்பட்டன.

இதுபோன்ற தவறான செயல்களால் கட்டுமானங்களும், பாலங்களும் இடிந்து விழுந்த சம்பவங்களில் நூற்றுக்கணக்கான தொழிலாளர்கள் பலியாகினர். மெட்ரோ ரயில் திட்டப் பணியில் மட்டும் தொண்ணூறுக்கும் மேற்பட்டோர் கொல்லப்பட்டனர்.

2010ஆம் ஆண்டு நடைபெற்ற காமன்வெல்த் விளையாட்டுப் போட்டி ஏற்பாடுகளில் நடந்த மெகா ஊழலில் அரசுக்கு 90 கோடி ரூபாய் வரை இழப்பு ஏற்பட்டதாகக் கூறப்பட்டது. இதன்

பிறகு அமைப்புக் குழுத் தலைவர் பதவியில் இருந்து சுரேஷ் கல்மாடி நீக்கப்பட்டார்.

காமன்வெல்த் விளையாட்டுப் போட்டிகளின்போது டெல்லியில் தெருவிளக்குகள் பொருத்துவதிலும் ஊழல் நடந்தது. 142 கோடி ரூபாய் சுருட்டப்பட்டதாக வழக்கு பதிவு செய்யப் பட்டது.

அதாவது தெருவிளக்குகள் சர்வதேச தரத்தில் இருக்க வேண்டும் என்பதற்காக டெல்லி மாநகராட்சி 2008ஆம் ஆண்டு ஒப்பந்தப் புள்ளிகள் கோரியது.

ஐந்து நிறுவனங்கள் விண்ணப்பித்திருந்தும், ஸ்வெஸ்கா பவர் டெக் என்னும் நிறுவனத்திற்கு சாதகமாகவே மாநகராட்சி அதிகாரிகள் செயல்பட்டதாகக் குற்றம்சாட்டப்பட்டது.

இந்த வழக்கை டெல்லி சிபிஐ சிறப்பு நீதிமன்றம் விசாரித்தது. அது வழங்கிய தீர்ப்பில் டெல்லி மாநகராட்சி அதிகாரிகள் நான்கு பேருக்கு 4 ஆண்டுகள் சிறைத்தண்டனை அளித்தது. ஸ்வெஸ்கா பவர்டெக் நிறுவன இயக்குநருக்கு 6 ஆண்டு சிறைத்தண்டனை விதித்து தீர்ப்பளிக்கப்பட்டது.

காமன்வெல்த் விளையாட்டுப் போட்டி ஏற்பாட்டில் நடந்த ஊழல் தொடர்பாக முதலில் வெளியான தீர்ப்பு இது. அதன் பிறகு வேறு எந்தத் தீர்ப்பும் வரவே இல்லை.

வியாபம் ஊழல்

மத்தியப் பிரதேச மாநில அரசுப் பணி இடங்களுக்கும் மருத்துவக் கல்லூரிகளில் சேரும் மாணவர்களுக்கும் நுழைவுத் தேர்வு மூலம் உரியவர்களைத் தேர்வு செய்யும் பணியாளர் தேர்வாணையம் ஒன்று உண்டு.

இந்தியில் இதனை 'வியால்சாயிக் பரிக்கா மண்டல்' என்று அழைப்பார்கள். இதன் சுருக்கம்தான் 'வியாபம்.'

1990ஆம் ஆண்டுகளில் இருந்து இந்த ஆணையத்தில் ஊழல் மூக்கை நுழைத்துவிட்டது. 2000 ஆண்டில் இங்கு நடைபெற்ற ஊழல் தொடர்பாக முதல் தகவல் அறிக்கை பதிவு செய்யப்பட்டது. எனினும் அது பெரிய அளவில் பாதிப்பை ஏற்படுத்தவில்லை.

எனவே ஊழல் பெருச்சாளிகள் இன்னும் துணிச்சலாக ஊழல் நடவடிக்கைகளில் ஈடுபட்டனர்.

2009ஆம் ஆண்டில் இங்கு நடந்த ஊழல் சற்று பெரிதாக வெடித்தது. மருத்துவ நுழைவுத் தேர்வின்போது எழுந்த புகார்கள், அதனைத் தொடர்ந்து வியாபம் அமைப்பில் நடக்கும் முறைகேடு கள் பற்றி மெல்ல மெல்லத்தகவல்கள் கசியத் தொடங்கின.

இதன்பிறகு இந்த அமைப்பின் முறைகேடுகள் குறித்து விசாரிப்பதற்காக ஒரு குழு ஒன்றை மத்தியப் பிரதேச மாநில அரசு நியமித்தது. அக்குழு 2011ஆம் ஆண்டு தனது அறிக்கையை சமர்ப்பித்தது.

முறைகேடுகள் நடப்பதை அதன் அறிக்கை வெளிப்படுத்தியது. இதனைத் தொடர்ந்து 2 ஆயிரத்துக்கும் மேற்பட்டோர் கைது செய்யப்பட்டனர்.

அரசியல்வாதிகள், அதிகாரிகள், இடைத்தரகர்கள், மாணவர் கள், அவர்களது பெற்றோர்கள் என்று பலதரப்பட்ட நபர்கள் கைது செய்யப்பட்டனர்

அத்துடன் 2012ஆம் ஆண்டு வியாபம் அமைப்பைத் தீவிரமாகக் கண்காணிக்க சிறப்பு அதிரடிப்படை ஒன்று அமைக்கப் பட்டது.

பின்னர்தான் இந்த வழக்கில் எதிர்பாராத திருப்பங்கள் பல நடைபெற்றன. இந்த வழக்கில் தொடர்புடைய நாற்பதுக்கும் மேற்பட்டோர் மர்மமான முறையில் மரணமடைந்தனர். இதில் சிலர் கொலை செய்யப்பட்டனர்.

அதாவது குற்றம் சாட்டப்பட்ட இடைத்தரகர், மாணவர்கள் இவ்வழக்கு தொடர்பாக செய்தி சேகரித்து வரும் பத்திரிகையாளர் கள், ஊடகத்துறையினர் உள்ளிட்டோர் கொலை செய்யப் பட்டனர்.

மத்தியப் பிரதேச மாநிலத்தில் 2005ஆம் ஆண்டு முதல் பாஜக ஆட்சிதான் நடைபெற்று வருகிறது. முதல்வர் சிவராஜ் சிங் சௌகான் தலைமையில் அசைக்க முடியாத அரசாக நிர்வாகம் செய்து வருகிறது.

ஆனால் இந்த வியாபம் ஊழலில் சிவராஜ் சிங் சௌகான், அவரது மனைவி, அம்மாநில ஆளுநர் ராம் நரேஷ் யாதவ் என்று புகார்ப் பட்டியல் நீண்டது

இந்த வியாபம் ஊழல் எவ்வாறு நடந்தது என்பதை நாம் சற்று விரிவாகப் பார்க்கலாம்.

வியாபம் அமைப்பில் நுழைவுத் தேர்வினை எழுதாமல் அரசுப் பணி மற்றும் கல்லூரிகளில் சேர விரும்புகிறவர்கள் இதற்கான இடைத்தரகர்களை அணுகுகின்றனர். அவருக்கு உரிய தொகையைக் கொடுத்ததும் அடுத்த கட்ட நடவடிக்கைகள் தீவிரமடைகின்றன.

நுழைவுத் தேர்வுக்கான நுழைவுச் சீட்டில் விண்ணப்பதாரரின் புகைப்படத்திற்குப் பதிலாக நல்ல திறமை மிகுந்த மற்றொருவரைத் தேர்ந்தெடுத்து, அவரது புகைப்படம் ஒட்டப்படுகிறது. உண்மை யான மாணவருக்குப் பதிலாக இந்த ஆள்மாறாட்டம் செய்த நபர் தேர்வு எழுதுகிறார்.

இந்த ஆள் மாறாட்ட மோசடியைக் கண்டுபிடித்து தேர்வு எழுதவிடாமல் தடுத்துவிடக் கூடாது என்பதற்காக தேர்வுக் கூடக் கண்காணிப்பளரையும் பணத்தால் வீசியடிக்கின்றனர் இந்த இடைத்தரகர்கள்.

ஒருவேளை தேர்வு எழுத திறமையானவர்கள் கிடைக்காத பட்சத்தில், அந்த ஹாலில் திறமையானவர்கள் யாரென்று கண்டு பிடித்து அவர்களுக்குப் பின் இருக்கையில் இவர்களை அமரச் செய்து காப்பியடிக்க ஏற்பாடு செய்துள்ளனர்.

அப்படியும் காப்பியடிக்க முடியாத மாணவர்களை, தேர்வு எழுத மட்டும் அனுமதித்து விடுகின்றனர். பின்னர் தங்கள் அனைத்து சாமர்த்தியங்களையும் பயன்படுத்தி கம்ப்யூட்டரில் அவர்களுக்கு அதிக மதிப்பெண்கள் கிடைக்கிற மாதிரி செய்து விடுகின்றனர்.

இதில் இன்னொரு வகை மோசடி என்னவென்றால், திறமை யான மாணவர்கள் தேர்வில் வெற்றி பெற்று கடைசி நேரத்தில் கல்லூரியில் சேராமல் போனதாக மோசடி செய்யப் பட்டது.

அந்த இடங்களை வேறு மாணவர்களுக்கு வழங்க கல்லூரி நிர்வாகத்திற்கு அதிகாரம் இருப்பதாகக் கூறி, பெரும் பணத்தைப் பெற்றுக் கொண்டு இடங்கள் ஒதுக்கப்பட்டுள்ளன.

இதற்காக பல கோடி ரூபாய் வரை லஞ்சம் பெறப்பட்டதாக கூறப்படுகிறது.

இந்த விவகாரம் தொடர்பாக நடந்த மர்ம மரணங்கள் திகில் திரைப்படங்களை எல்லாம் ஓரங்கட்டுகிற அளவிற்கு உள்ளன.

2012ஆம் ஆண்டு இந்த ஊழலில் சம்பந்தப்பட்டதாக நம்ரதா தாமோர் என்னும் மருத்துவக் கல்லூரி மாணவி மீது புகார் தெரிவிக்கப்பட்டது அடுத்த சில தினங்களில் ரயில் தண்டவாளம் அருகே அந்த மாணவி மர்மமான முறையில் இறந்து கிடந்தார்.

ஆனால் அவர் தற்கொலை செய்து கொண்டதாகக் காவல் துறை வழக்கிற்கு மூடு விழா நடத்திவிட்டது. ஆனால் பிரேத பரிசோதனையில் அவர் கொலை செய்யப்பட்டதாக மருத்துவ அறிக்கை வெளியானது.

இதுதொடர்பாக ஆஜ் தக் தொலைக்காட்சிச் செய்தியாளர் அக்ஷய் சிங் தீவிரப் புலனாய்வு செய்துவந்தார். அதன் ஒரு பகுதியாக நம்ரதாவின் பெற்றோரை தொலைக்காட்சிக்காக நேர்காணல் செய்து கொண்டிருந்தபோது வாயில் நுரை தள்ளி உயிரிழந்தார்.

வியாபம் ஊழல் வழக்கில் குற்றம் சாட்டப்பட்டவர்களில் ஒருவர் அம்மாநில ஆளுநர் மகன் சைலேஷ் யாதவ். லக்னோவில் உள்ள அவரது வீட்டில் மர்மமான முறையில் இறந்து கிடந்தார் சைலேஷ் யாதவ்.

நரேந்திர சிங் தாமோர் என்பவரும் இந்த வழக்கில் குற்றம் சாட்டப்பட்ட ஒருவர். இந்தூர் சிறையில் அடைக்கப்பட்டிருந்த

அவருக்குத் திடீரென்று நெஞ்சு வலி ஏற்பட்டு மருத்துவமனையில் அனுமதிக்கப்பட்டார். சிகிச்சை பலனின்றி இறந்து போனதாக அறிவிக்கப்பட்டது.

வியாபம் ஊழல் தொடர்பான விசாரணைக்கு மிகவும் உதவியாக இருந்தவர் அங்குள்ள மருத்துவக் கல்லூரி டீன். அவரும் டெல்லியில் ஹோட்டல் ஒன்றில் மர்மமான முறையில் இறந்து கிடந்தார்.

இவ்வாறு நாட்டையே அதிரச் செய்த வியாபம் ஊழல் குறித்து சிபிஐ விசாரிக்குமாறு உச்சநீதிமன்றம் உத்தரவிட்டுள்ளது. மேலும் இந்த ஊழல் மூலமாக மருத்துவப் பட்டம் பெற்ற 634 பேரின் பட்டங்களை ரத்து செய்தும் தீர்ப்பளித்துள்ளது.

2000 முதல் 2010ஆம் ஆண்டு வரை இந்த ஒன்பது ஊழல்கள் மட்டுமல்லாமல் இன்னும் நிறைய ஊழல்களும் நடந்துள்ளது. அவற்றில் முக்கியமாக டால்மியா பங்குச் சந்தை ஊழல் சற்று பிரபலமானது. 595 கோடி ரூபாய் அளவிற்கு 2001ஆம் ஆண்டில் இதில் ஊழல் நடைபெற்றது.

2003ஆம் ஆண்டில் பிரமோத் மகாஜன் டாடா விஎஸ்என்எல் ஊழலும் பிரபலம். இதில் ஆயிரத்து 200 கோடி ரூபாய் அளவிற்கு ஊழல் நடந்துள்ளது.

2005ஆம் ஆண்டில் பீகார் வெள்ள நிவாரண ஊழல், 2006ஆம் ஆண்டில் பஞ்சாப் சிட்டி சென்டர் ஊழல், 2008ஆம் ஆண்டில் ரிலையன்ஸ் பங்கு விற்பனை ஊழல், ராணுவ ரேஷன் ஊழல், 2009ஆம் ஆண்டில் ஜார்க்கண்ட் மருத்துவ சாதன ஊழல் என்று ஊழலின் வரிசை நீண்டு கொண்டேதான் போகிறது.

7 ஸ்பெக்ட்ரம் ஊழல்

ஸ்பெக்ட்ரம் ஊழல்தான் 2011ஆம் ஆண்டு முதல் தற்போது வரை பரபரப்பாகப் பேசப்படும் ஊழலாக இருந்து வருகிறது. ஒரு லட்சத்து 76 ஆயிரம் கோடி ரூபாய் வரை அரசுக்கு இழப்பை ஏற்படுத்தியது இந்த 2 ஜி ஸ்பெக்ட்ரம் ஊழல் என்று கூறப்படுகிறது.

அப்போது மத்திய அமைச்சரவையில் இடம் பெற்றிருந்த கட்சிகளில் திமுகவும் ஒன்று. அதிலும் குறிப்பாக திமுகவைச் சேர்ந்த மத்திய அமைச்சர் ஆ. ராசா மற்றும் திமுக தலைவர் கருணாநிதியின் மகள் கனிமொழி ஆகியோர் மட்டுமே இந்தக் குற்றச்செயலைச் செய்ததாக வழக்கு பதிவு செய்யப்பட்டு இன்று வரை நடந்து வருகிறது.

2012ஆம் ஆண்டும் காங்கிரஸ் கட்சியைச் சேர்ந்த மன்மோகன் சிங் தலைமையிலான மத்திய அரசு சுரங்க ஏலம் நடத்தியதில் ஒரு லட்சத்து 86 ஆயிரம் கோடி ரூபாய் அரசுக்கு இழப்பு ஏற்பட்டதாக மத்திய தணிக்கைக் குழு குற்றம்சாட்டியது. இதனையடுத்து உச்சநீதிமன்றத்தால் ஏலம் ரத்து செய்யப்பட்டது.

ஆக, 2011 முதல் 2016ஆம் ஆண்டு வரை நடந்த ஊழல்களை இப்போது நாம் பார்க்கலாம். இதில் 2014ஆம் ஆண்டு ஆரம்பம் வரை காங்கிரஸ் தலைமையிலான ஐக்கிய முற்போக்குக் கூட்டணி ஆட்சியில் இருந்தது.

2014ஆம் ஆண்டு தேர்தலில் பாஜக தலைமையிலான தேசிய ஜனநாயக முன்னணி வெற்றி பெற்றதைத் தொடர்ந்து நரேந்திர மோடி தலைமையில் ஆட்சி நடைபெற்று வருகிறது.

1. 2 ஜி ஸ்பெக்ட்ரம் ஊழல்
2. நிலக்கரி சுரங்க ஒதுக்கீட்டு ஊழல்
3. ஐபிஎல் ஊழல்
4. தேசிய ஊரக சுகாதாரத் திட்ட ஊழல்
5. எடியூரப்பா ஊழல்
6. இரும்புத் தாது ஊழல்
7. ரெட்டி சகோதரர்கள் ஊழல்
8. விஜய் மல்லையா ஊழல்

இந்த ஊழல்கள் அனைத்துமே காங்கிரஸ் ஆட்சி காலத்தில் நடைபெற்றவை. பாஜக ஆட்சியில் இதுபோல் குறிப்பிட்டுச் சொல்கிற அளவிற்கு பெரிய அளவில் ஊழல் குற்றச்சாட்டுகள் எதுவும் வெளியாகவில்லை.

2 ஜி ஸ்பெக்ட்ரம் ஊழல்

ஸ்பெக்ட்ரம் விவகாரத்தில் ஒரு லட்சத்து 76 ஆயிரம் கோடி ரூபாய் அரசுக்கு இழப்பு ஏற்பட்டுள்ளதாக மத்திய தணிக்கைக் குழு தெரிவித்தது. இது ஊழல் வரலாற்றில் மிக மோசமானது என்றும் கூறப்படுகிறது.

2011ஆம் ஆண்டு தமிழகத்தில் நடைபெற்ற சட்டசபைத் தேர்தல் மற்றும் 2014ஆம் ஆண்டு நடைபெற்ற நாடாளுமன்ற பொதுத் தேர்தல்களின்போது 2 ஜி ஊழல் பற்றி நாடு முழுவதும்

பெரிய அளவில் எதிர்க்கட்சிகள் பிரச்சாரம் செய்தன. காங்கிரஸ் மற்றும் திமுக கட்சிகள் படுதோல்வி அடைய இது முக்கியக் காரணமாகவும் அமைந்தது.

2 ஜி, ஸ்பெக்ட்ரம், அலைக்கற்றை, ஸ்வான், யுனிடெக் போன்ற பல்வேறு தலைப்புகளில் இந்த மெகா ஊழல் நாடு முழுவதும் பேசப்பட்டது. ஊடகங்கள் வரிந்து கட்டிக் கொண்டு தங்கள் டிஆர்பி ரேட்டை இதன் மூலம் அதிகரித்துக் கொள்ளவும் முடிந்தது.

ஒன்றே முக்கால் லட்சம் கோடி ரூபாய் என்றதும் இவ்வளவு பெரிய தொகையை இந்த ஊழலுக்கு உடந்தையானவர்கள் தங்கள் கால் சட்டைப் பைக்குள் திணித்துக் கொண்டதாகத்தான் இந்த வகை பிரச்சாரம் அமைந்தது.

ஆனால், தணிக்கைக் குழுவின் அறிக்கை அப்படிக் கூறவில்லை. குறிப்பிட்ட நிதி அமைச்சகம், சட்ட அமைச்சகம், பிரதமர் அலுவலகம் ஆகியவற்றின் ஆலோசனைகள் புறக்கணிக்கப் பட்டு, சில நிறுவனங்களுக்கு மட்டும் ஆதரவாக செயல்பட்டு சலுகைகள் அளிக்கப்பட்டுள்ளன. இந்த முறைகேட்டின் மூலம் அரசுக்குக் கிடைக்க வேண்டிய ஒரு லட்சத்து 76 ஆயிரம் கோடி ரூபாய் கிடைக்காமல் போயிற்று என்பதுதான் குற்றச்சாட்டு.

இதற்கு முக்கியக் காரணமாக இருந்தவர் அப்போதைய தகவல் தொடர்புத் துறை அமைச்சர் ஆ. ராசா என்னும் ஆண்டி முத்து ராசா என்பதுதான் புகார்.

ஆ. ராசா திமுகவைச் சேர்ந்தவர்.

அதாவது முறையான விதிமுறைகளைப் பின்பற்றாமல் 2 ஜி ஒதுக்கீட்டில் சில தனியார் தொலைத் தொடர்பு நிறுவனங்கள் உரிமங்கள் பெற்றுள்ளன. இந்த உரிமங்களை வழங்கியவர் ராசா.

இந்த உரிமங்களைப் பெற்று லாபம் அடைந்தவர்கள்தான் ஊழல் செய்தவர்களாகக் குற்றம்சாட்டப்படுகிறார்கள். ஆ. ராசா மட்டுமல்லாமல் அவருக்கு உதவியாக இருந்த சிலரும் இந்த உரிமங்களை வழங்குவதற்காக எவ்வளவு பணத்தை, லஞ்சமாக அந்தத் தனியார் நிறுவனங்களிடம் இருந்து பெற்றார்களோ அது தான் ஊழல் நடந்ததாகக் கூறப்படும் பணமாக இருக்கும்.

ஆக, ஒரு லட்சத்து 76 ஆயிரம் கோடி ரூபாய் ஊழல் நடக்க வில்லை என்று சொல்ல முடியுமே தவிர, இந்த விவகாரத்தில் ஊழலே நடக்கவில்லை என்று கூறி தப்பித்துக் கொள்ள முடியாது.

நிச்சயமாக ஊழல் நடந்திருக்கிறது. இவ்வளவு பெரிய தொகை இழப்பு ஏற்படுகிற ஒரு உரிமம் என்பதால், நிச்சயமாக இதற்காக லஞ்சமாகப் பெறப்பட்ட தொகையின் அளவும் கணிசமாகத்தான் இருக்கும் என்பதில் சந்தேகம் இல்லை.

ஆ. ராசா

தணிக்கைக் குழுவின் அறிக்கையை அடுத்து எதிர்க்கட்சிகள் வரிந்து கட்டிக்கொண்டு எதிர் முழக்கத்தில் ஈடுபட்டன. அதே நேரத்தில் தொலைத் தொடர்புத் துறையில் பணியாற்றிய சில மூத்த அதிகாரிகளும் அரசுக்கு நெருக்கடி கொடுத்தனர் என்பது தான் எதிர்பாராத திருப்பம்.

கனிமொழி

குறிப்பாக தொலைத் தொடர்புத் துறையின் முன்னாள் செயலாளர் டி.எஸ். மாத்தூர் இந்த விவகாரத்தை ஊடகங்களில் அம்பலப்படுத்தினார்.

இதுதான் அரசுக்கு மிகப் பெரிய நெருக்கடியைக் கொடுத்தது. எவ்வளவோ சமாளிப்புகள் நடந்தன. ஆனால் எதுவுமே பலிக்கவில்லை.

ராசா அமைச்சர் பதவியில் இருந்து விலகியே ஆக வேண்டும் என்ற நிர்ப்பந்தம் ஏற்பட்டது.

'ஸ்பெக்ட்ரம் விவகாரத்தில் எந்த முறைகேட்டிலும் ஈடுபட வில்லை. எனக்கு முன்பு பதவி வகித்தவர்கள் எந்தவிதமான நடைமுறையைப் பின்பற்றினார்களோ, அதே நடைமுறையைத் தான் நானும் பின்பற்றினேன். பிரதமர் அலுவலகத்தின் ஒப்புதல் பெற்றே அனைத்து நடவடிக்கைகளும் மேற்கொள்ளப்பட்டன' என்று ஏதேதோ விளக்கங்களை முன்வைத்த போதிலும் கடைசியில் அமைச்சர் பதவியில் இருந்து ராஜினாமா செய்யும் இக்கட்டான நிலைக்குத் தள்ளப்பட்டார் ஆ. ராசா.

2 ஜி ஸ்பெக்ட்ரம் ஊழல் பற்றி தலைமைக் கணக்கு தணிக்கை குழு வெளியிட்ட அறிக்கை என்னவென்று பார்க்கலாம்.

கடந்த 2008ஆம் ஆண்டு நடந்த ஸ்பெக்ட்ரம் ஒதுக்கீட்டில் 2001ஆம் ஆண்டு நிர்ணயிக்கப்பட்ட கட்டணத்தில் தனியார் நிறுவனங்களுக்கு ஒதுக்கீடு செய்யப்பட்டுள்ளது.

இதனால் அரசுக்கு ஒரு லட்சத்து 76 ஆயிரம் கோடியே 645 ரூபாய் இழப்பு ஏற்பட்டுள்ளது.

ஏல முறைக்குப் பதிலாக முதலில் வருபவர்களுக்கே முன்னுரிமை என்ற முறை பின்பற்றப்பட்டுள்ளது.

உரிமம் கோரிய 122 நிறுவனங்களில் 85 நிறுவனங்கள் போதிய நிதி வசதியைப் பெற்றிருக்கவில்லை. அதிலும் 45 நிறுவனங்கள் 2 ஜி ஸ்பெக்ட்ரம் உரிமம் கோருவதற்கான எந்தவிதமான தகுதியும் பெற்றிருக்கவில்லை. உதாரணத்திற்கு அனுபவமே இல்லாத ஸ்வான் நிறுவனத்திற்கு ஒதுக்கீடு செய்யப்பட்டுள்ளது.

சில நிறுவனங்களுக்கு மட்டும் மிகக் குறைந்த விலையில் இரட்டை தொழில்நுட்ப உரிமம் வழங்கப்பட்டுள்ளது. அதிலும் வெளிப்படையான அணுகுமுறை இல்லை.

மத்திய சட்டம் மற்றும் நிதி அமைச்சகங்களின் ஆலோசனை கள் புறக்கணிக்கப்பட்டதோடு, டிராய் என்னும் தொலைத் தொடர்புத் துறை ஒழுங்குமுறை ஆணையத்தின் விதி முறைகளும் புறக்கணிக்கப்பட்டுள்ளன.

உரிமம் பெற்ற நிறுவனங்கள் தங்கள் பங்குகளை வெளிநாட்டு நிறுவனங்கள் மற்றும் பிற இந்திய நிறுவனங்களுக்கு விற்பனை செய்துள்ளன. இதனால் மிகப் பெரிய அளவில் இந்த நிறுவனங்கள்

லாபம் அடைந்துள்ளன. இதனால் அரசுக்கு சுமார் 60 ஆயிரம் கோடி ரூபாய் இழப்பு ஏற்பட்டுள்ளது.

குறிப்பாக அனில் அம்பானி தலைமையிலான ரிலையன்ஸ் கம்யூனிகேஷன் நிறுவனத்திற்கு சலுகைகள் வழங்கப்பட்டுள்ளன.

2 ஜி ஸ்பெக்ட்ரம் ஒதுக்கீட்டில் அரசுக்குக் கிடைத்த மொத்த வருவாய் 10 ஆயிரத்து 772 கோடி ரூபாய் மட்டுமே. ஆனால் அதே நேரத்தில் அதன் பின்னர் நடைபெற்ற 3 ஜி ஸ்பெக்ட்ரம் ஒதுக்கீட்டில் அரசுக்கு ஒரு லட்சம் கோடி ருபாய் வருவாய் கிடைத்துள்ளது.

இவ்வாறு அந்த அறிக்கை அமைந்திருந்தது. இதன்படி பார்த்தால் 2 ஜி ஸ்பெக்ட்ரம் ஒதுக்கீடு செய்ததில் முறைகேடு நிச்சயமாக நடந்துள்ளது என்பது தெரிகிறது.

இந்த அளவிற்கு பெருந்தொகை ஊழல் நடைபெறுகிற அளவிற்குக் காணப்படும் அந்த ஸ்பெக்ட்ரம் என்றால் என்ன என்று சுருக்கமாகப் பார்ப்பது நல்லது.

உண்பதற்கு உணவோ, உடுத்துவதற்கு உடையோ, உறைவதற்கு உறைவிடமோகூட இல்லாமல் இருந்துவிட முடியும். ஆனால் செல்போன் இல்லாமல் யாராலும் இருந்துவிட முடியுமா?

அந்த செல்போன் மூலம் தகவல் தொடர்பு பரிமாற்றத்திற்குத் தேவையான சிக்னல்களைப் பெறும் அலைவரிசைகள் அதிகம் தேவைப்படுகிறது. இதனை ஸ்பெக்ட்ரம் என்று ஆங்கிலத்திலும், அலைக்கற்றை என்று தமிழிலும் கூறப்படுகிறது.

இந்த அலைக்கற்றைகளை வழங்கும் உரிமை அரசின் கைகளில் உள்ளது.

தகவல் தொடர்பு சேவைகளில் ஈடுபட்டுள்ள தனியார் நிறுவனங்களுக்கு இந்த அலைக்கற்றைகள் மிக அவசியம். அப்போதுதான் வாடிக்கையாளர்களுக்குத் தகவல் தொடர்பு சேவைகளை வழங்க முடியும்.

இந்த அளவிற்கு அத்யாவசியமான அலைக்கற்றையைத் தனியார் நிறுவனங்களுக்கு அளிப்பதை மத்திய அரசும், குறிப்பாக தகவல் தொடர்புத் துறை அமைச்சகமும் செய்கிறது. இதற்கான அதிகாரம் இந்த அமைச்சகத்திடம் இருப்பதால், தங்களுக்கான தேவைகளை எந்த நிறுவனங்கள் அளிக்கின்றனவோ அவற்றுக்கு அலைக்கற்றை உரிமையை வழங்கி சலுகை காட்டுகிறது.

இவற்றில் 2 ஜி என்பது இரண்டாம் தலைமுறை என்று அர்த்தம். 3 ஜி என்றால் மூன்றாம் தலைமுறை என்றும், 4 ஜி என்றால் நான்காம் தலைமுறை என்றும் அர்த்தம்.

தற்போது 4 ஜி வந்துவிட்டது. 5 ஜி என்னும் ஐந்தாம் தலைமுறைகூட ஒருசில முன்னேறிய நாடுகளில் தற்போது தலை காட்டத் தொடங்கிவிட்டது.

இந்த நூற்றாண்டின் தொடக்க காலத்தில் புழக்கத்தில் இருந்த செல்போன்களை விடத் தற்போது அதிகளவில் செல்போன்கள்

புழக்கத்தில் உள்ளன. மட்டுமல்லாமல் அதிக வசதிகளைக் கொண்டதாகவும் காணப்படுகின்றன.

ஒருவர் ஒன்றுக்கு மேற்பட்ட செல்போன்களை வைத்திருப்பதும், ஒரே போனில் இரண்டு இணைப்புகளை வைத்திருப்பதும் அந்தஸ்தின் அடையாளமாக மாறிவிட்டது.

செல்போன்களில் பேசுவது மட்டுமல்லாமல் பாடல்கள் கேட்பது, திரைப்படங்கள் பார்ப்பது போன்றவை மட்டுமல்லாமல் இணைய தளம் மூலம் உலகம் முழுவதையுமே உள்ளங்கைக்குள் அடக்கிக் கொள்வது வரை அனைத்தும் சாத்தியமாகிப் போன தொழில்நுட்பத்தின் உச்சியில் நாம் இருக்கிறோம்.

2001ஆம் ஆண்டில் 40 லட்சமாக இருந்த செல்போன் பயன்படுத்துவோரின் எண்ணிக்கை 2008ஆம் ஆண்டில் 3 கோடிக்கும் அதிகமாக உயர்ந்தது. உலகிலேயே சீனாவிற்கு அடுத்ததாக அதிக செல்போன் பயனாளிகள் எண்ணிக்கை உடைய நாடாக இந்தியா விளங்குகிறது.

இந்த அளவிற்கு செல்போன் பயன்பாடுகள் அதிகரித்த நிலையிலும், 2001ஆம் ஆண்டு நிர்ணயிக்கப்பட்ட சந்தை விலைக்கே 2008ஆம் ஆண்டிலும் விற்கப்பட்டுள்ளது.

தேவைகள் அதிகரிக்கும்போது பொருளின் மதிப்பும் கூடும். இதுதான் சாதாரண பொருளாதார சூட்சுமம்.

உதாரணமாக 20 ரூபாய்க்கு விற்பனை செய்யப்படும் அரை லிட்டர் பால், வெள்ளம் போன்ற இயற்கைப் பேரழிவு அல்லது கடையடைப்பு போன்ற செயற்கை சீரழிவு நேரங்களில் 100 ரூபாய்க்கு விற்பனை செய்யப்படுவது நாமறிந்த ஒன்று.

இந்த சாதாரண உண்மைத் தன்மை, 2 ஜி உரிமம் வழங்கும் போது மேற்கொள்ளப்படவில்லை.

'முதலில் வருபவர்களுக்கே முன்னுரிமை' என்ற அடிப்படையில், அதிகாலை ஐந்து மணிக்கே ஒப்பந்தங்களை ஏற்றுக் கொண்டும், குறிப்பிட்ட நாளுக்கு முன்பாகவே பேரம் நடத்தியும் முடிக்கப்பட்டுள்ளது.

13 மண்டலங்களுக்கான உரிமத்தை ஆயிரத்து 537 கோடி ரூபாய்க்கு ஸ்வான் என்னும் செல்போன் சேவையில் எந்தவிதமான முன்அனுபவமும் இல்லாத நிறுவனம் பெற்றுள்ளது. ஆனால் அந்த உரிமத்தை 4 ஆயிரத்து 200 கோடி ரூபாய்க்கு வெறுமனே கைமாற்றிவிட்டு கொழுத்த லாபம் சம்பாதித்துள்ளது ஸ்வான்.

இப்படி நிறைய சொல்லிக் கொண்டே போகலாம்.

இந்த அலைக்கற்றை ஒதுக்கீடு ஊழலில் ராசாவுக்கு மட்டுமே பங்கு உண்டு என்பதை நம்புவதற்குக் கஷ்டமாக இருக்கிறது. ஏனென்றால் இதுதொடர்பாக 2007ஆம் ஆண்டு ஜூலை முதல் 2010ஆம் ஆண்டுக்கு இடைப்பட்ட நாட்களில் அப்போதைய பிரதமர் மன்மோகன் சிங்கிற்கு ஏழு கடிதங்களை ராசா எழுதி உள்ளார்.

மட்டுமல்லாமல் இந்தக் காலக்கட்டத்தில் அவர்கள் இருவருக்கு இடையே மற்றும் அவர்களின் துறை சார்ந்த அதிகாரிகளுக்கு இடையே ஸ்பெக்ட்ரம் ஒதுக்கீடு தொடர்பாகப் பலமுறை பேச்சுவார்த்தைகளும் நடந்துள்ளன.

2007ஆம் ஆண்டு நவம்பர் 2ஆம் தேதி அன்று ராசா எழுதிய கடிதத்தில், அலைக்கற்றை ஒதுக்கீடு தொடர்பாக விண்ணப்பங்களை ஏற்றுக்கொள்ளும் கடைசி நாளை அக்டோபர் மாதம் ஒன்றாம் தேதிக்குப் பதிலாக செப்டம்பர் மாதம் 25ஆம் தேதிக்கு மாற்றப் போவதாகத் தெரிவிக்கப்பட்டுள்ளது.

இந்த மாற்றத்தைச் செய்தால் பல நிறுவனங்களின் விண்ணப் பங்கள் வேண்டுமென்றே நிராகரிக்கப்படும் என்பது தெரிந்திருந்த போதும் பிரதமர் அலுவலகம் இதனைத் தடுத்து நிறுத்த முயற்சி மேற்கொள்ளாமல் இருந்துள்ளது.

2 ஜி அலைக்கற்றை ஊழல் தொடர்பாக ஆ. ராசா கைது செய்யப்பட்டு திகார் சிறையில் அடைக்கப்பட்டார். பின்னர் அவர் ஜாமீனில் வெளியே வந்தார்.

இந்த விவகாரம் தொடர்பான ஊழல் வழக்கு தற்போதும் நீதிமன்றத்தில் நடந்து கொண்டே இருக்கிறது.

இதனிடையே இந்த ஊழல் நடைபெற்றதாகக் கூறப்படும் காலக்கட்டத்தில் கலைஞர் தொலைக்காட்சிக்கு 214 கோடி ரூபாய் கைமாறியதாக சிபிஐ அதிரடி சோதனை நடத்தியது. இதனைத் தொடர்ந்து திமுக தலைவர் கருணாநிதியின் மகள் கனிமொழி கைது செய்யப்பட்டு திகார் சிறையில் அடைக்கப்பட்டார்.

பின்னர் அவர் ஜாமீனில் வெளியே வந்தபோதிலும் இந்த வழக்கு சிபிஐ சிறப்பு நீதிமன்றத்தில் நடைபெற்று வருகிறது.

2 ஜி ஊழல் வழக்கு இவ்வாறு இருக்கும் நிலையில் நரேந்திர மோடி தலைமையிலான பாரதீய ஜனதாக் கட்சி ஆட்சியிலும்

தொலைத் தொடர்பு நிறுவனங்களால் ஏர்டெல், ஏர்செல், ஐடியா, ரிலையன்ஸ், வோடபோன், டாடா ஆகிய ஆறு தனியார் தொலைத் தொடர்பு நிறுவனங்களால் அரசுக்கு 46 ஆயிரம் கோடி ரூபாய் வருவாய் இழப்பு ஏற்பட்டுள்ளதாக மத்திய தணிக்கைக் குழு அறிக்கையில் தெரிவிக்கப்பட்டுள்ளதாக காங்கிரஸ் கட்சி குற்றம்சாட்டியுள்ளது.

ஆனாலும் இந்தக் குற்றச்சாட்டு பின்னர் காரசாரமாகப் பேசப்படாமல் வலுவிழந்து போனது என்றே கூறவேண்டும்.

இதனிடையே ஸ்பெக்ட்ரம் பற்றிக் கூறிய தலைமை கணக்குத் தணிக்கை அதிகாரி வினோத் ராய், அவரது ஓய்வுக்குப் பின் 2017ஆம் ஆண்டு பிசிசிஐ எனப்படும் இந்தியக் கிரிக்கெட் கட்டுப்பாட்டு வாரிய நிர்வாகக் குழுவின் புதிய தலைவராக நியமிக்கப்பட்டிருப்பது குறிப்பிடத்தக்கது.

நிலக்கரி சுரங்க ஒதுக்கீட்டு ஊழல்

ஸ்பெக்ட்ரம் ஊழலைத் தூக்கிச் சாப்பிடுகிற மாதிரி அடுத்த ஊழல் வரிசை கட்டி வந்தது.

அது -

நிலக்கரிச் சுரங்க ஒதுக்கீட்டு ஊழல்

நிலக்கரி சுரங்க ஒதுக்கீட்டில் அரசுக்கு ஒரு லட்சத்து 86 கோடி ரூபாய் இழப்பு ஏற்பட்டுள்ளதாக மத்திய கணக்கு தணிக்கை துறை தெரிவித்தது.

இந்த இழப்பு ஏற்பட்டதாகக் கூறப்பட்ட காலக்கட்டத்தில் நிலக்கரித் துறையைக் கவனித்து வந்தவர் அப்போதைய பிரதமர் மன்மோகன்சிங்.

இதனையடுத்து இதுதொடர்பாக சிபிஐ விசாரணைக்கு உத்தரவிடப்பட்டது. 2006ஆம் ஆண்டு முதல் 2009ஆம் ஆண்டு வரை கர்நாடகா, சட்டீஸ்கர், ஜார்கண்ட் மாநிலங்களில் 64 நிலக்கரி சுரங்கங்கள் ஒதுக்கீடு செய்யப்பட்டது குறித்து விசாரணை நடத்தப்பட்டது.

இந்த விசாரணையில் பெரிய அளவில் முறைகேடுகள் நடந்திருப்பது தெரியவந்தது. சிபாரிசு அடிப்படையில் சில நிறுவனங்களுக்கு நிலக்கரி சுரங்கங்கள் ஒதுக்கப்பட்டிருந்தது கண்டு பிடிக்கப்பட்டது.

எச்.சி. குப்தா

அத்துடன் தவறான தகவல்களை அளித்து சில நிறுவனங்கள் ஒதுக்கீட்டைப் பெற்றதும் தெரியவந்தது. சுரங்கங்களைக் கைப்பற்று வதற்காக ஏமாற்றுதல், மோசடி, ஊழல் உள்ளிட்ட அனைத்து விதமான தவறுகளும் அரங்கேறியிருப்பது விசாரணை மூலம் தெரியவந்தது.

மத்தியில் காங்கிரஸ் தலைமையிலான ஐக்கிய முற்போக்கு கூட்டணி ஆட்சிக் காலத்தில் சுரங்க முறைகேடுகள் நடந்ததாகக் குற்றம் சாட்டப்பட்டபோது நிலக்கரித்துறை செயலராக எச்.சி. குப்தா என்பவர் பதவி வகித்தார். 40 நிலக்கரி சுரங்கங்கள் ஒதுக்கீட்டுக்கு அவர் ஒப்புதல் வழங்கி உள்ளார்.

மத்தியப் பிரதேச மாநிலத்தின் ருத்ரபுரி என்னும் இடத்தில் உள்ள சுரங்கத்தை கே.எஸ்.எஸ்.பி.எல்.. என்னும் நிறுவனத்திற்கு ஒதுக்கீடு செய்ததில் முறைகேடு நடந்ததாகவும், அதில், குப்தா

உள்ளிட்டோருக்கு முக்கிய பங்கு இருப்பதாகவும் குற்றம் சாட்டப்பட்டது.

இதையடுத்து குப்தா உள்ளிட்டோர் மீது சி.பி.ஐ., வழக்கு பதிவு செய்தது.

நிலக்கரிச் சுரங்க ஒதுக்கீடு முறைகேடு புகாருக்கு ஆளான நிலக்கரித் துறை முன்னாள் செயலாளர், எச்.சி.குப்தா மீது, முறைகேடு செய்தது, ஏல நடைமுறையில் வெளிப்படைத் தன்மையைக் கடைப்பிடிக்காதது, மக்கள் வரிப் பணத்தை வீணடித்தது உட்பட எட்டு வழக்குகள் பதிவு செய்யப்பட்டன.

இந்த வழக்கில் சிபிஐ நீதிமன்றம் தனது தீர்ப்பையும் வழங்கியது. நிலக்கரித் துறை முன்னாள் செயலாளர் எச்.சி. குப்தா உள்ளிட்டோர் குற்றவாளிகள் என்று தீர்ப்பளிக்கப்பட்டது

ஆக இந்த ஊழல் வழக்கில் அரசியல்வாதிகளோ, ஆட்சியில் அமர்ந்தவர்களோ தண்டிக்கப்படவில்லை. முற்றிலும் அதிகாரிகள் மட்டுமே தண்டிக்கப்பட்டது குறிப்பிடத்தக்கது.

ஐபிஎல் ஊழல்

ஐபிஎல் கிரிக்கெட் போட்டியின்போது மேட்ச் ஃபிக்சிங் என்னும் சூதாட்டத்தில் சுமார் 425 கோடி ரூபாய் அளவிற்கு ஊழல் நடந்ததாகப் புகார் எழுந்தது. இதில் ஐபிஎல் தலைவராக இருந்த லலித் மோடிக்குத் தொடர்பிருப்பதாகவும் குற்றச்சாட்டு எழுந்தது.

2008ஆம் ஆண்டு இந்தியக் கிரிக்கெட் வாரியம் இந்தியன் பிரிமீயர் லீக் என்னும் ஐபிஎல் போட்டியைத் தொடங்கியது. 20 ஓவர் போட்டிகள் மூலம் நிறைய வருமானத்தை அள்ள முடியும் என்பதுதான் இதன் ஒரே இலக்காக இருந்தது.

2009ஆம் ஆண்டு தென்ஆப்பிரிக்காவில் நடைபெற்ற ஐபிஎல் போட்டிகளின்போது ஆஸ்திரேலிய முன்னணி வீரர் உட்பட 27 கிரிக்கெட் வீரர்கள் மேட்ச் ஃபிக்ஸிங்கில் ஈடுபட்டதாக விசாரணையில் தெரியவந்தது.

ஐசிசி ஊழல் தடுப்புப் பிரிவைப் பயன்படுத்தி முறைகேடு களைத் தடுக்கும் வாய்ப்பிருந்தும் அதனை லலித் மோடி புறக்கணித்தது கண்டறியப்பட்டது.

மட்டுமல்லாமல் இந்தப் போட்டிகளுக்கான ஒளிபரப்பு உரிமம் வழங்கப்பட்டதிலும் முறைகேடு நடந்துள்ளது. ஸ்டார்

ஸ்போர்ட்ஸ் சேனலுடன் ஒப்பந்தம் செய்து கொண்டதில் 500 கோடி ரூபாய் முறைகேடு நடந்ததாகக் குற்றச்சாட்டு எழுந்தது.

ராஜஸ்தான் ராயல்ஸ், பஞ்சாப் லெவன் அணிகளை ஏலம் விடுவதிலும், ஒளிபரப்பு உரிமையிலும் சுமார் 500 கோடி ரூபாய் அளவிற்கு லலித் மோடி முறைகேட்டில் ஈடுபட்டதாகவும் குற்றம் சாட்டப்பட்டது.

2010ஆம் ஆண்டு அருண்ஜேட்லி மற்றும் ஜோதிராத்யா சிந்தியா ஆகியோர் அடங்கிய ஒழுங்கு நடவடிக்கை குழுவை இந்திய கிரிக்கெட் வாரியம் அமைத்தது. மூன்றாண்டுகளுக்குப் பிறகு, அதாவது 2013ஆம் ஆண்டு இக்குழு தனது 134 பக்க அறிக்கையைச் சமர்ப்பித்தது.

ஊழல், முறைகேடு, பிசிசிஐக்கு அவப்பெயர் ஏற்படும் வகையில் நடந்து கொண்டது உட்பட லலித் மோடி மீது 8 புகார்கள் தெரிவிக்கப்பட்டன. இதனையடுத்து லலித் மோடிக்கு வாழ்நாள் தடை விதித்து உத்தரவிட்டது பிசிசிஐ.

ஐபிஎல் போட்டிகளில் புதிதாகச் சேர்க்கப்பட இருந்த கொச்சி ஐபிஎல் அணியின் உரிமையாளர்கள் தொடர்பாக ட்விட்டரில் ஒரு கருத்தைப் பதிவு செய்திருந்தார் லலித் மோடி. அவரது சரிவுக்கு அதுவே காரணமாக அமைந்துவிட்டது.

இந்த விவகாரத்தில் மத்திய அமைச்சராக இருந்த சசி தரூர், சுனந்தா புஷ்கர் பெயரும் அடிபடவே, தனது அமைச்சர் பதவியை இழக்கும் நிலைக்குத் தள்ளப்பட்டார் சசி தரூர்.

அந்நியச் செலாவணி மோசடி தொடர்பாக லலித் மோடி மீது 16 வழக்குகளைப் பதிவு செய்தது அமலாக்கத் துறை. அதற்காக லலித் மோடிக்கு ஆயிரத்து 700 கோடி ரூபாய் அபராதமும் விதித்தது.

இத்தனைக்கும் இடையே 2010ஆம் ஆண்டு யாருமே எதிர் பாராத நிலையில் திடீரென்று லண்டன் புறப்பட்டுச் சென்ற லலித் மோடி, அதன்பிறகு அங்கிருந்து இந்தியா திரும்ப மறுத்துவிட்டார். அதன்பின்னர் அவர் தேடப்படும் குற்றவாளியாக அறிவிக்கப் பட்டார்.

இதனிடையே ஐபிஎல் கிரிக்கெட் போட்டி ஊழல்வாதிகளின் கைகளில் எப்படி சிக்கி விளையாட்டுப் பொருளாக மாறி, பணம் காய்ச்சி மரமாக உருமாறியது? என்பதைப் பார்க்கலாம்.

என்ஆர்ஐ என்று அழைக்கப்படும் வெளிநாடு வாழ் இந்தியர்கள், தங்களின் பணத்தை இந்தியாவிற்குக் கொண்டு வருவதற்கான விதிமுறைகள் எளிதாக்கப்பட்டன.

இந்த அரிய வாய்ப்பைப் பயன்படுத்திக் கொண்ட கறுப்புப் பண முதலைகள், அரசியல்வாதிகள், ஊழல்வாதிகள் உள்ளிட்ட பலரும் என்ஆர்ஐக்களைப் பினாமியாக வைத்து வெளிநாடுகளில் பதுக்கி வைத்திருக்கும் பணத்தை இந்தியாவிற்கு எளிதாகக் கொண்டுவர முடிந்தது.

இதற்காகத்தான் அப்படியொரு விதி தளர்வை அரசு கொண்டு வந்ததோ என்னவோ! அவ்வாறு கொண்டு வரப்பட்ட பணத்தை முதலீடாக மாற்றுவதற்கான எளிய தளமாக அமைந்தது ஐபிஎல்.

ஐபிஎல் மூலமாக மிகப் பெரிய லாபத்தை ஈட்டி, தங்களின் கறுப்புப் பணத்தை வெள்ளையாக மாற்றிக் கொள்ள அவர்களால் முடிந்தது என்பதே உண்மை.

ஐபிஎல் போட்டியைப் பொறுத்தமட்டில் ஒரு அணி வெற்றி பெற்றால் மட்டுமே கோடி கோடியாகப் பணம் கொட்டும் என்பது கிடையாது. தோற்றாலும் கோடிகள் வந்து குவியும்.

லலித் மோடி

அதன் அடிப்படை உத்தி என்னவென்றால் சூதாட்டம்!

சூதாட்டம் என்பது மேலை நாடுகளில் அரசால் அங்கீகரிக்கப் பட்ட ஒன்று. ஆனால் இந்தியாவில் அது தடை செய்யப்பட்டு உள்ளது.

ஆனால் இந்தச் சூதாட்டம் ஐபிஎல் போட்டிகளைப் பொறுத்தமட்டில் கனஜோராக நடந்தது. கிட்டத்தட்ட குதிரை ரேஸ் போலத்தான் இதுவும் நடந்தது.

அதாவது இருப்பதிலேயே வலுவான அணி எது என்பதை அனைவருமே கணித்து விடுவார்கள். உடனே அந்த அணியின் பேரில் பெட் கட்டுவார்கள். பெட் என்றால் ஆயிரமோ, பத்தாயிரமோ கிடையாது. லட்சக்கணக்கில் பெட் கட்டப்படும்.

பெரும்பாலும் அனைவருமே வெற்றி பெறும் என்று கணித்த வலுவான அணி மீதே பெட் கட்டுவார்கள். ஆனால் ஒரேயொருவர் மட்டும் தோற்றுப் போகும் என்று தெரியும் அணியின் மீது துணிந்து பணம் கட்டுவார்.

இதன்பிறகுதான் அவர்களின் விளையாட்டு நடக்கும். தோற்றுப் போகும் அணியின் மீது பணத்தைக் கட்டியவர் பின்னே, மிகப் பெரிய சதிகாரக் கும்பல் சூழ்ந்து நிற்கும்.

அவர்களின் இலக்கு வெற்றி பெறும் அணியில் மனதளவில் பலவீனமான சில விளையாட்டு வீரர்களிடம் இரகசிய உடன்பாடு செய்து கொள்வார்கள். அவர்களுக்கு சில கோடிகள் பேரம் பேசப் படும்.

இதன்பிறகு போட்டி விறுவிறுப்பாக நடைபெற்றுக் கொண்டிருக்கும்போது கணுக்காலில் காயமடைந்து விட்டதாக ஒரு நாடகம் அரங்கேறும். சுட்டு விரல் சுளுக்கிக் கொண்டதாக நாடகம் நடக்கலாம்.

இப்படி ஏதாவதொரு வகையில் வெற்றி பெற்றே தீரும் என்ற அணி எதிர்பாராமல் பின்னடைவைச் சந்திக்க நேரிடும். இது அந்த குறிப்பிட்ட வீரர்கள் மற்றும் சதிகாரக் கும்பலைத் தவிர வேறு யாருக்குமே தெரியாத இரகசியமாக இருக்கும்.

ஒருவேளை இந்த நாடகங்கள் நடத்த முடியாமல் போனால் ரசிகர்கள் வரிசையில் இருந்து ஏக கத்தல்கள் தொடங்கும். வீரர்களை டென்ஷன் ஆக்குகிற மாதிரி தண்ணீர்ப் பாட்டில்கள் மைதானத்திற்குள் வீசியெறியப்படும்.

ஸ்ரீசாந்த், அஜீத் சண்டிலா, அங்கித் சவான்

எப்படியோ தாங்கள் நினைத்ததை இதுபோன்ற கேவலமான குறுக்கு வழியில் முடித்துவிடுவார்கள்.

எனவே, வெற்றி பெறும் என்று எதிர்பார்த்த அணி, அனைவரின் தலையிலும் இடி விழுந்ததைப் போலத் தோல்வியைத் தழுவும்.

தோற்றுப் போகும் என்று பலராலும் நினைத்த அணி அதிரடித் திருப்பமாக வெற்றி பெறும். அந்த அணியின் மீது பணம் கட்டிய சதிகாரக் கும்பலைச் சேர்ந்தவர், வெற்றி பெறும் என்று எதிர்பார்த்து தோல்வி அடைந்த அணியின் மீது கட்டப்பட்ட மொத்த பணத்தை வாரிச் சுருட்டி விடுவார்.

இப்படியொரு சூதாட்டம் மிகப் பிரமாதமாக நடத்தப்பட்டு கோடிக்கணக்கில் கொள்ளையடிக்கப்பட்டது. இதுபோன்று பணம் கொட்டியதால்தான் இந்தப் போட்டியை ஒளிபரப்புவதற்கு கோடிக் கணக்கில் ரூபாய் கட்டணமாகக் கொடுத்து ஏலமெடுத்த சேனல்களும் உண்டு.

இதனால் ஐபிஎல் போட்டிகள் 'கொள்ளையர்களின் கூடாரம்' என்று மாறியது. இந்தக் கேவலமான சூதாட்டத்தில் அரசியல்வாதிகளும் உண்டு. சுயநல சக்திகளும் உண்டு.

இதுபோன்ற சூதாட்டத்தில் 425 கோடி ரூபாய் அளவிற்கு ஊழல் நடந்ததாகவும், இதில் லலித் மோடிக்கு முக்கிய பங்கு உண்டு என்பதும்தான் குற்றச்சாட்டு.

இந்தச் சூதாட்டப் புகார் என்பது 2013ஆம் ஆண்டு நடந்த ஐபிஎல் போட்டிகளின் போது தெள்ளத் தெளிவாகத் தெரிந்தது. ராஜஸ்தான் ராயல்ஸ் அணியில் விளையாடிய பிரபல கிரிக்கெட் வீரர்கள் ஸ்ரீசாந்த், அங்கித் சவான் மற்றும் அஜீத் சண்டிலா ஆகியோர் கைது செய்யப்பட்டனர்.

இந்த ஊழல் புகார் காரணமாக சென்னை சூப்பர் கிங்ஸ் அணி மற்றும் ராஜஸ்தான் ராயல்ஸ் அணி ஆகிய இரண்டு அணிகளுக்கும் இரண்டு ஆண்டுகள் தடை விதிக்கப்பட்டன.

ஸ்ரீசாந்த் உள்ளிட்ட மூன்று கிரிக்கெட் வீரர்களும் கிரிக்கெட் போட்டிகளில் பங்கேற்பதற்கு ஆயுட்காலத் தடை விதித்தது இந்திய கிரிக்கெட் வாரியத்தின் ஒழுங்கு நடவடிக்கைக் குழு.

தேடப்பட்டு வரும் குற்றவாளியான தான் தப்பிச் செல்வதற்கு வெளியுறவுத் துறை அமைச்சர் சுஷ்மா சுவராஜ் மற்றும் ராஜஸ்தான் முதல்வர் வசுந்தரா ராஜே சிந்தியா ஆகியோர் உதவி செய்ததாக லண்டனில் லலித் மோடி தெரிவித்தார். இது நாடு முழுவதும் பெரும் அதிர்ச்சி அலைகளை ஏற்படுத்தியது.

பாஜகவைச் சேர்ந்த நரேந்திர மோடியின் அமைச்சரவையில் வெளியுறவுத் துறை அமைச்சர் சுஷ்மா சுவராஜ். வசுந்தரா சிந்தியாவும் பாஜகவைச் சேர்ந்த முதல்வர்.

இதனிடையே லலித் மோடியின் ஊழல் விவகாரத்தை தீவிரமாக விசாரித்து வந்த அமலாக்கப் பிரிவு அதிகாரிகள் புதிய ஊழல் ஒன்றைக் கண்டுபிடித்தனர்.

வசுந்தரா சிந்தியாவின் மகனும், சல்வார் பரன் தொகுதி நாடாளுமன்ற உறுப்பினருமான துஷ்யந்த் சிங் நடத்தும் நிறுவனம் ஒன்றுக்கு லலித் மோடியின் நிறுவனத்தில் இருந்து 11 கோடியே 63 லட்சம் ரூபாய் பணப்பட்டுவாடா செய்யப்பட்டிருந்தது கண்டு பிடிக்கப்பட்டது.

மேலும் துஷ்யந்த் சிங்கிற்குச் சொந்தமான நியாந்த் ஹெரிடேஜ் ஹோட்டல் நிறுவனத்திற்கு லலித் மோடிக்குச் சொந்த மான ஆனந்த் ஹெரிடேஜ் நிறுவனத்திடம் இருந்து 21 கோடி ரூபாய் கணக்கில் வராத பணம் பெற்றதற்கான ஆவணங்களும் சிக்கின.

அத்துடன் மொரீஷியஸைச் சேர்ந்த நிறுவனம் ஒன்றிடம் 5 ஆயிரம் கோடி ரூபாய் மதிப்பிலான ஒப்பந்தத்தைச் செய்துள்ளார் ராஜஸ்தான் முதல்வர் வசுந்தரா சிந்தியா. ஆனால் அந்த நிறுவனத்

திடம் இருந்து ஒரு ரூபாய் கூட முன்பணமாகப் பெற்றுக் கொள்ளாமல் நிறுவனத்திற்கு அனுமதியும் அளித்துள்ளார்.

இவ்வாறு சில ஊழல்கள் வெளிவரத் தொடங்கின.

இவற்றுக்கெல்லாம் முத்தாய்ப்பாக மற்றொரு ஊழல் அமைந்தது என்றே சொல்ல வேண்டும்.

லண்டனில் பதுங்கி வாழ்ந்து வரும் லலித் மோடியின் மனைவி போர்ச்சுக்கல் நாட்டில் புற்றுநோயால் அவதிப்பட்டு வந்த நிலையில் அவரைச் சென்று பார்க்க விரும்பினார் லலித் மோடி.

ஆனால் அதற்கு விசா தேவைப்பட்டது.

இதற்காக அவர் தற்போதைய இந்திய வெளியுறவுத் துறை அமைச்சர் சுஷ்மா சுவராஜிடம் உதவுமாறு கேட்டுக் கொண்டுள் ளார். சுஷ்மாவும் பிரிட்டன் தூதர் மற்றும் அங்குள்ள ஒரு நாடாளுமன்ற உறுப்பினர் ஆகியோரிடம் பேசி லலித் மோடிக்கு விசா வாங்கிக் கொடுத்ததாக ஊடகங்களில் செய்தி ஒன்று வலம் வந்தது.

மேலும் ஒன்பது ஆண்டுகளுக்கும் மேலாக லலித் மோடியின் வழக்கு தொடர்பாக அவருக்கு வழக்கறிஞராக இருந்து நீதிமன்றத் தில் வாதாடி வருபவர் சுஷ்மா சுவராஜின் மகள் பன்சூரி சுவராஜ் என்ற செய்தியும் வெளியே கசிந்தது.

கடந்த பல ஆண்டுகளாக லலித் மோடிக்கு சட்ட ஆலோசகராக இருந்தவர் சுஷ்மாவின் கணவர் சுவராஜ் கவுல் என்பதும் வெளியே தெரிய வந்தது.

இவ்வாறு தேடப்படும் குற்றவாளி ஒருவருடன் மத்திய அமைச்சர் ஒருவருக்கு நெருங்கிய தொடர்பு இருந்ததற்கான பின்னணி காரணம் என்ன என்பது மிகப் பெரிய சந்தேகத்தைக் கிளப்பி விட்டது.

ஆயினும் இந்தக் குற்றச்சாட்டுகள் அதன்பிறகு இருந்த சுவடே தெரியாமல் மறைந்து போயின என்பதே உண்மை.

ஐபிஎல் ஊழல் வழக்கு நடந்து கொண்டே இருக்கிறது. லலித் மோடியும் லண்டனில் சொகுசாக வாழந்து கொண்டே இருக்கிறார். ஐபிஎல் கிரிக்கெட் போட்டிகளும் வழக்கம்போல எதுவுமே நடக்கவில்லை என்கிற ரீதியில் தொடர்ந்து நடந்து கொண்டே இருக்கின்றன.

தேசிய ஊரக சுகாதாரத் திட்ட ஊழல்

தேசிய ஊரக சுகாதாரத் திட்டம் என்பது மத்திய அரசால் வழங்கப்பட்ட நலச் சேவைத் திட்டம். ஊரகப் புறத்தில் இருக்கும் ஏழைகள், பெண்கள் மற்றும் குழந்தைகளுக்கு உதவும் நோக்கில் 2005ஆம் ஆண்டு தொடங்கப்பட்டது இத்திட்டம்

இத்திட்டத்தை செயல்படுத்தும் பொறுப்பு அந்தந்த மாநில அரசுகளைச் சார்ந்தது. இதற்கான நிதி மத்திய அரசால் ஒதுக்கப் பட்டது.

இவ்வாறு தேசிய ஊரக சுகாதாரத் திட்டத்திற்காக ஒதுக்கப் பட்ட நிதியில் 10 ஆயிரம் கோடி ரூபாய் வரை உத்தரப் பிரதேச மாநிலத்தில் முறைகேடு நடந்ததாகப் புகார் எழுந்தது.

அப்போது அம்மாநிலத்தில் மாயாவதி தலைமையிலான பகுஜன் சமாஜ் கட்சியின் ஆட்சி நடைபெற்றது.

இந்தப் புகார் தொடர்பாக 74 வழக்குகளை சிபிஐ பதிவு செய்தது. சுகாதாரத் திட்டத்தின் கீழ் செயல்படுத்தப்பட்ட திட்டங் களுக்கு நிதி ஒதுக்கீடு செய்ததில் முறைகேடு நடந்துள்ளது என்றும், அப்போதைய சுகாதாரத் துறை செயலர் பிரதீப் சுக்லா உள்ளிட்ட உயரதிகாரிகளுக்கு இதில் தொடர்பு இருப்பதாகவும் சிபிஐ குற்றம் சாட்டியது.

மேலும் மாநிலத்தின் பல்வேறு மாவட்டங்களில் இதற்காக சுகாதாரத் துறை அதிகாரிகள் நியமிக்கப்பட்டதில் அம்மாநில அரசின் முதல்வர் மாயாவதிக்கு முக்கியத் தொடர்பு இருப்பதாகவும் சிபிஐ விசாரணை நடத்தியது.

எடியூரப்பா ஊழல்

தென் மாநிலங்களில் பாஜக முதன் முதலாகத் தனது காலை ஊன்றிய இடம் கர்நாடகா. எடியூரப்பா தலைமையில் பாஜக ஆட்சி அமைத்தது.

ஆனால் எடியூரப்பாவால் மூன்று ஆண்டுகள் மட்டுமே முதல்வர் பதவியில் நீடிக்க முடிந்தது. அதற்குள் அவர் மீது ஊழல் குற்றச்சாட்டு எழுந்த காரணத்தால் அவர் தனது முதல்வர் பதவியை ராஜினாமா செய்ய வேண்டியதாகிவிட்டது.

கர்நாடக மாநிலத்தில் இயங்கிவரும் பிரபல ஜின்டால் நிறுவனத்திற்கு சுரங்கத் தொழில் நடத்துவதற்கான உரிமம்

புதுப்பித்துக் கொடுத்தது மற்றும் அதன் துணை நிறுவனமான சவுத் வெஸ்ட் மைனிங் நிறுவனத்திற்கு பெங்களூருவை அடுத்த ராஜேனஹள்ளி என்னும் கிராமத்தில் ஒரு ஏக்கர் நிலத்தை மிகக் குறைந்த விலைக்கு வழங்கியது ஆகியவை தொடர்பாக புகார் எழுந்தது.

2008ஆம் ஆண்டு முதல் 2011ஆம் ஆண்டு ஜூலை மாதம் வரை கர்நாடக மாநில முதல்வராகத் திகழ்ந்தார் எடியூரப்பா. மேலும் இரண்டு ஆண்டுகள் பதவிக் காலம் இருந்தபோதிலும் தனியார் சுரங்க நிறுவனத்திற்கு உரிமம் புதுப்பித்தல் மற்றும் அரசு நிலம் ஒதுக்கீடு செய்வதற்காக 40 கோடி ரூபாய் நன்கொடை பெற்றதாக எடியூரப்பா மீது குற்றச்சாட்டு எழுந்தது. விசாரணைக் கமிஷன் அறிக்கையும் அதனை உறுதி செய்தது. இதனையடுத்தே அவர் பதவி விலக வேண்டியதாகியது.

முதல்வராகப் பதவி வகித்த காலத்தில் சட்ட விதிமுறைகளை அலட்சியப்படுத்தியதாகவும், அதற்குப் பிரதிபலனாக எடியூரப்பா குடும்பத்தினர் நடத்திவரும் சுவாமி விவேகானந்தா கல்விக் குழுமம் மற்றும் பிராரண அறக்கட்டளை ஆகியவற்றுக்கு மூன்று கட்டங்களாக 40 கோடி ரூபாய் நன்கொடை வழங்கப்பட்டதாகத்தான் புகார் தெரிவிக்கப்பட்டது.

பின்னர் எதிர்க்கட்சிகளின் அழுத்தத்தைத் தொடர்ந்து இந்தப் புகாரை சிபிஐ விசாரித்தது. ஆரம்பகட்ட விசாரணைக்குப் பிறகு

எடியூரப்பா

இந்த வழக்கில் எடியூரப்பா, அவரது மகன்கள், மருமகன் உள்ளிட்டோர் மீது வழக்கு பதிவு செய்யப்பட்டது. காரசார விவாதத்துடன் விசாரணையும் நடைபெற்று முடிந்து தீர்ப்பும் வெளியானது.

நன்கொடை வழங்கியதாகக் கூறப்படும் குற்றச்சாட்டுக்கு உரிய ஆதாரங்கள் சமர்ப்பிக்கப்படாத காரணத்தால் இந்த வழக்கில் குற்றம்சாட்டப்பட்ட அனைவரும் விடுதலை செய்வதாக தீர்ப்பில் குறிப்பிடப்பட்டது.

எடியூரப்பா மீதான புகாரில் இன்னுமொன்று என்னவென்றால், அவரது மகன்கள் நடத்தும் நிறுவனத்திற்குக் குறைந்த விலையில் அரசு நிலத்தை விற்றது.

இதுதொடர்பான வழக்கு லோக்ஆயுக்தா சிறப்பு நீதிமன்றத்தில் நடந்தது.

அதாவது பெங்களூருவில் தனியாருக்கு விற்கப்பட்ட அரசு நிலம் சுமார் ஆயிரத்து 275 ஏக்கர் பரப்பளவிலானது என்று பெங்களூரு வளர்ச்சிக் கழகம் மதிப்பிட்டுள்ளது. இதில் அப்போதைய முதல்வர் எடியூரப்பாவும், அவரது சகாக்கள் சிலரும் இணைந்து விற்றதாகப் புகார் தெரிவிக்கப்பட்டது.

இந்த மோசடியில் அம்மாநிலத்திலுள்ள ரியல் எஸ்டேட் அதிபர்கள் பலரும் இணைந்து ஒரு குழுவாகச் செயல்பட்டது தெரிய வந்து பெரும் அதிர்ச்சியை ஏற்படுத்தியது.

இந்தியாவிலேயே மிகப் பெரிய அளவில் அரசு நிலம் மோசடியாக விற்பனை செய்யப்பட்டது இதுவே என்பது குறிப்பிடத்தக்கது.

இந்த நிலங்கள் அனைத்தும் வளர்ச்சிப் பணிகளுக்காக அரசால் நிர்ணயிக்கப்பட்ட இடங்கள் ஆகும்.

தனியாருக்கு விற்கப்பட்ட இந்த அரசு நிலங்கள் மாநில அரசு அலுவலகங்கள் மூலமாக சட்டப்படி பத்திரப் பதிவும் செய்யப்பட்டுள்ளது என்பது அதிர்ச்சியின் உச்சம்.

இந்த வழக்கிலும் கைது செய்யப்பட்டு சிறையில் அடைக்கப்பட்ட எடியூரப்பா பின்னர் ஜாமீனில் வெளியே வந்தார்.

இரும்புத் தாது ஊழல்

கோவா மாநிலத்தில் இரும்புத் தாதுக்களை சட்டத்திற்குப் புறம்பாக வெட்டியெடுத்து விற்றதில் 3 ஆயிரம் கோடி ரூபாய்

வரை இழப்பு ஏற்பட்டுள்ளதாக அம்மாநில பொதுக் கணக்குக் குழுவின் அறிக்கையில் தெரிவிக்கப்பட்டது.

அப்போதைய காங்கிரஸ் கட்சியைச் சேர்ந்த முதல்வர் திகம்பர் காமத் இந்த ஊழலுக்கு உறுதுணையாக இருந்ததாகக் கூறப்பட்டது.

திகம்பர் காமத் 2007ஆம் ஆண்டு முதல் 2012ஆம் ஆண்டு வரை கோவா மாநில முதல்வராகப் பதவி வகித்தார்.

அன்றைய காலக்கட்டத்தில் சீனாவில் இரும்புத் தாதுவுக்குக் கடுமையான தட்டுப்பாடு ஏற்பட்டது. எனவே உலகச் சந்தையில் இரும்புத் தாதுவின் விலை பரபரவென்று உயர்ந்து கொண்டே போனது.

இந்த வாய்ப்பைப் பயன்படுத்திக் கொண்டு கோவாவில் இருந்து இரும்புத் தாதுக்கள் வெட்டி எடுக்கப்பட்டு சீனாவிற்கு ஏற்றுமதி செய்யப்பட்டது.. ஆனால் அதற்காக அரசுக்குக் கட்ட வேண்டிய கட்டணத் தொகையைச் செலுத்தாமல் திருட்டுத்தன மாக டன் கணக்கில் தாதுக்கள் வெட்டி எடுத்து ஏற்றுமதி செய்யப்பட்டன என்பதுதான் குற்றச்சாட்டு.

இந்தத் திருட்டுத்தனத்தில் மாநில முதல்வருக்கும் தொடர்பு இருக்கிறது என்பதுதான் அதிர்ச்சி அளிக்கும் குற்றச்சாட்டு.

மாநில பொதுக் கணக்குக் குழுவும் இந்தக் குற்றச்சாட்டை உறுதி செய்தது என்பதுதான் வேதனையிலும் வேதனை.

இதனையடுத்து நீதிபதி ஷா தலைமையில் கமிஷன் ஒன்று அமைக்கப்பட்டு இந்த ஊழல் குற்றச்சாட்டு குறித்து விசாரித்தது. அதாவது 2005ஆம் ஆண்டு முதல் 2012ஆம் ஆண்டு வரை இரும்புத் தாதுக்கள் வெட்டி எடுக்கப்பட்டதில் நடந்த முறைகேடு கள் குறித்து விசாரித்து அறிக்கை சமர்ப்பித்தது.

அந்த அறிக்கையில் 35 ஆயிரம் கோடி ரூபாய் வரை ஊழல் நடந்துள்ளதை வெளிச்சமிட்டுக் காட்டியது.

இதனையடுத்து 2014ஆம் ஆண்டு கோவா குற்றப் புலனாய்வுத் துறை இந்த ஊழல் குறித்து புலனாய்வு செய்தது.

அப்போதைய முதல் திகம்பர் காமத்திற்கு இந்த ஊழலில் பெரும்பங்கு இருந்தது நாடு முழுவதும் பெரிய அளவில் பேசப் பட்டது.

ரெட்டி சகோதரர்கள் ஊழல்

கர்நாடக மாநிலம் பெல்லாரியைச் சேர்ந்தவர் தலைமைக் காவலர் கெங்கா ரெட்டி. இவரது மூன்று மகன்கள் கருணாகர ரெட்டி, ஜனார்த்தன ரெட்டி, சோமசேகர ரெட்டி ஆகியோர். இவர்கள்தான் 'ரெட்டி சகோதரர்கள்' என்று அழைக்கப் படுகின்றனர்.

பெரும் கோடீஸ்வரராக வேண்டும் என்ற வேட்கை காரணமாக இரும்புக் கனிமச் சுரங்கத் தொழிலில் தீவிர ஆர்வம் காண்பித்தார்கள். இதற்காக சட்டத்திற்குப் புறம்பான செயல்களில் பயமே இல்லாமல் ஈடுபட்டனர்.

தங்களின் சட்டத்திற்குப் புறம்பான செயல்களுக்கு பாதுகாப்பு வேண்டும் என்பதற்காக அவர்கள் அரசியலிலும் தங்களை முன்னிறுத்திக் கொண்டனர். மூத்தவர் கருணாகர ரெட்டி கர்நாடக மாநில வருவாய்த் துறை அமைச்சரானார்.

அடுத்தவர் ஜனார்த்தன ரெட்டி மாநில சுற்றுலா வளர்ச்சித் துறை அமைச்சர். மூன்றாமவர் சோமசேகர ரெட்டி மாநில பால் உற்பத்தியாளர் கூட்டமைப்பின் தலைவர்.

கோடிக்கணக்கில் பணம் சம்பாதித்த ரெட்டி சகோதரர்கள், அரசியல் அதிகாரத்திலும் செல்வாக்கு படைத்தவர்களாகக் கொடி கட்டிப் பறந்தார்கள். இன்னும் சொல்லப் போனால் 2008ஆம் ஆண்டு கர்நாடக மாநிலத்தில் பாஜக மாபெரும் வெற்றியைப் பெறுவதற்கு மூல காரணகர்த்தா இந்த ரெட்டி சகோதரர்கள்தான்.

2003 - 2004ஆம் ஆண்டு கணக்கின்படி இந்த ரெட்டி சகோதரர்கள் வருமான வரி செலுத்தும் அளவிற்குக்கூட வருமானம் இல்லாதவர்களாக இருந்தனர்.

ஆனால் அடுத்த ஒருசில ஆண்டுகளில் அவர்கள் சொத்தின் மதிப்பு 50 ஆயிரம் கோடி ரூபாய்க்கும் அதிகம்.

பெல்லாரி மாவட்டத்தில் பெரும்பாலான பகுதிகள் இரும்புக் கனிம வளம் உடையது. நிறைய சுரங்கங்கள் அமைக்கப்பட்டு கனிம வளம் எடுக்கப்பட்டு வருகிறது.

2008ஆம் ஆண்டு கணக்கின்படி இங்கு நூறு கோடி டன்கள் இரும்புக் கனிமங்கள் இருப்பது தெரியவந்தது. அதிலும் 60 சதவீத இரும்பு கனிமங்கள் உயர் ரகத்தைச் சேர்ந்தவை.

2008ஆம் ஆண்டு சீனாவில் நடைபெற்ற ஒலிம்பிக் விளையாட்டுப் போட்டிகளுக்கான கட்டுமானத் தேவைகளுக்கு எஃகு நிறைய தேவைப்பட்டதால், பெல்லாரியில் இருந்து நிறைய கனிம வளங்கள் எடுக்கப்பட்டு ஏற்றுமதி செய்யப்பட்டன. அவற்றுக்குக் கூடுதல் விலையும் கிடைத்தது.

இரும்புக் கனிமங்களை டன் ஒன்றுக்கு 7 ஆயிரம் ரூபாய்க்கு விற்று நாள் ஒன்றுக்கு 20 கோடி ரூபாய் லாபம் சம்பாதித்தார்கள் ரெட்டி சகோதரர்கள். ஆனால் அரசுக்கு இவர்கள் டன் ஒன்றுக்கு 27 ரூபாய் மட்டுமே செலுத்தினார்கள்.

மத்திய அரசின் சுரங்கம் மற்றும் கனிமத் துறையானது பெல்லாரி மாவட்டத்தில் உள்ள கனிம வளங்களை 30 ஆண்டுகளில் வெட்டி எடுக்க வேண்டும் என்று எல்லை வகுத்திருந்தது.

ஆனால் ரெட்டி சகோதரர்கள் ஆறே ஆண்டுகளில் இந்த எல்லையை நிறைவு செய்துவிட்டனர். பெரும் பணம் சம்பாதிக்க வேண்டும் என்ற வெறியே இதற்கு முக்கியக் காரணம்.

அரசின் கட்டுப்பாடுகள், வரம்புகள், சட்ட விதிமுறைகள் உள்ளிட்ட எதைப் பற்றியும் கவலைப்படாமல் பல கோடி ரூபாய் மதிப்பிலான இரும்புக் கனிமங்களை ஒருசில ஆண்டுகளில் கடத்தி விற்றுத் தங்கள் கல்லாப் பெட்டியை நிரப்பிக் கொண்டார்கள் ரெட்டி சகோதரர்கள்.

இதில் முக்கியமாகக் கவனிக்க வேண்டியது என்னவென்றால் பெல்லாரி மாவட்டத்தில் கனிம வளங்களை வெட்டி எடுப்பதற்கு அரசு நூற்றுக்கும் மேற்பட்டோருக்கு குத்தகை உரிமை வழங்கி இருந்தது. ஆனால் ரெட்டி சகோதரர்களுக்கு அப்படி குத்தகை உரிமை வழங்கப்படவே இல்லை.

இந்த மோசடித் தொழிலை மிகவும் தந்திரமாகவும், புத்திசாலித்தனமாகவும் செய்தார்கள்.

அண்டை மாநிலமான ஆந்திராவின் அனந்தபுரத்தில் 'ஓபுலாபுரம் சுரங்க கம்பெனி' என்னும் பெயரில் ஒரு நிறுவனத்தைத் தொடங்கினார்கள். அனந்தபுரம் மாவட்டத்தில் 107 ஹெக்டேர் நிலத்தை கனிம வளத்தைத் தோண்டி எடுப்பதற்காகக் குத்தகைக்கு எடுத்தனர்.

அங்கு வெட்டி எடுக்கப்பட்ட இரும்புத் தாதுக்கள் தரம் குறைவானதாகவே இருந்தது. ஆனால் பெல்லாரி மாவட்டத்தில்

உள்ள இரும்புத் தாதுக்கள் மிக உயர்ந்த ரகத்தைச் சேர்ந்தவை. ஏற்றுமதி செய்வதற்கு இவைதான் தேவைப்பட்டது.

ஆனால் அங்கு துளி நிலம்கூட அவர்களுக்குக் கிடையாது. கோடி கோடியாகப் பணத்தை அள்ள வேண்டுமென்றால் பெல்லாரி பகுதியில் மட்டுமே அது சாத்தியம்.

அரசின் சட்டம் என்னவென்றால் ஒருமுறை குத்தகைக்கு விடப்பட்டால் அது இருபது ஆண்டுகளுக்கு செல்லுபடியாகும். அப்படியானால் இன்னும் இருபது ஆண்டுகள் காத்திருந்தால் மட்டுமே அடுத்த குத்தகையின்போது நிலம் கிடைக்கும்.

இதுவெல்லாம் எந்த வகையிலும் ரெட்டி சகோதரர்களைப் பொறுத்தமட்டில் பயனற்றவை. ஏதாவது குறுக்கு வழியில் பயணம் செய்தால் மட்டுமே பணம் சம்பாதிக்க முடியும்.

அதற்கு என்ன வழி?

பெல்லாரியில் ஏற்கெனவே குத்தகை எடுத்த சிலர் அங்கு இரும்புக் கனிமத்தை வெட்டி எடுத்து ஏற்றுமதி செய்வதற்கான வசதியற்றவர்களாக இருப்பதைக் கண்டுபிடித்தனர்.

அவர்களைக் குறிவைத்தனர். கொஞ்சம் பணத்தை விட்டெறிந்து அவர்களின் நிலங்களைக் கையகப்படுத்தினர். குத்தகை அவர்கள் பெயரில் இருந்தாலும் அங்கு இரும்புத் தாதுக்களை வெட்டி எடுப்பதை ரெட்டி சகோதரர்கள் செய்தனர்.

சில குத்தகைதாரர்கள் தங்கள் நிலத்தை இவ்வாறு கொடுப்பதற்கு மறுத்தனர். பணபலத்தால் மசியாத இதுபோன்றவர் களை குண்டர் படையை ஏவிவிடுவதன் மூலம் சாதித்தார்கள்.

ரெட்டி சகோதரர்களால் பெல்லாரி பகுதியில் சுரங்கங்கள் ஆக்ரமிப்பு செய்யப்பட்டு, அரசின் பரிபூர்ண ஆசியுடன் செழிப்பாக இரும்புத் தாதுக்கள் வெட்டி எடுக்கப்பட்டன.

இவை அனைத்தும் அனந்தப்பூர் பகுதியில் உள்ள ரெட்டி சகோதரர்கள் குத்தகைக்கு எடுத்த சுரங்கங்களில் இருந்து வெட்டி எடுக்கப்பட்டதாகக் கணக்குக் காட்டப்பட்டது.

அதாவது பெல்லாரியில் சட்டவிரோதமாக வெட்டி எடுக்கப் பட்ட இரும்புக் கனிமங்கள் காட்டு வழியில் லாரிகளில் கடத்தி வரப்பட்டு அனந்தப்பூர் பகுதியில் உள்ள ரெட்டி சகோதரர்களின் நிலப்பகுதிக்குக் கொண்டு வரப்பட்டன.

ரெட்டி சகோதரர்கள்

எல்லைக்கோடுகள் அவர்களுக்குப் பிரச்சனையாக இருந்தது. அப்பகுதியில் ஒரு பாறைக் கோயிலின் அருகே ஆந்திரா - கர்நாடக மாநில எல்லையைக் குறிக்கும் கல்வெட்டு ஒன்றிருந்தது. ஆங்கிலேயர்கள் காலத்தில் செதுக்கப்பட்டக் கல்வெட்டு அது. தங்களின் சட்டவிரோதச் செயலுக்கு இடையூறாக இருந்த ஒரே காரணத்திற்காக அதனை வெடி வைத்துத் தகர்த்துவிட்டனர்.

இதனையடுத்து ஆந்திர எல்லை கர்நாடகாவிற்குள் தள்ளிப் போடப்பட்டு கனிமத் தொழில் கனகச்சிதமான நடந்தது. மேலும் தங்கள் கனிமங்களைக் கொண்டு வருவதற்காக அப்பகுதியில் இருந்த காடுகளையும் அழித்தார்கள்.

மேலும் வழியில் பல சோதனைச் சாவடிகள் அமைந்திருந்த போதிலும், இவர்களது இரும்புத் தாதுக்களை ஏற்றிவரும் லாரிகளை மட்டும் எந்தச் சோதனையும் செய்யாமல் விட்டு விடுவார்கள்.

அதேபோல துறைமுகத்தில் ஏற்றுமதி செய்கிறபோதும், போலி பர்மிர்ட்கள் தயாரிக்கப்பட்டு எந்தவிதமான சோதனையும் இல்லாமல் எளிதாகக் கப்பலில் ஏற்றப்பட்டுவிடும்.

அந்த அளவிற்குப் பணமும், அதிகாரமும் அங்கே கொடி கட்டிப் பறந்தது.

தினமும் சுமைகளை ஏற்றிச் செல்வதற்காக பத்தாயிரம் லாரிகள் இயக்கப்பட்டன. அவை ஒவ்வொன்றும் நாளொன்றுக்கு 700 கி.மீ. தூரம் பயணித்தன.

ஒருமுறை கர்நாடக ஊழல் தடுப்பு லோக்ஆயுக்தா அதிகாரிகள் சோதனை நடத்தியபோது இந்த லாரிகள் எவற்றுக்கும்

உரிம ஆவணங்கள் இல்லாமல் இருந்தது கண்டுபிடிக்கப்பட்டது. இரண்டு கோணிப் பைகள் நிறைய போலி ஆவணங்களும் அங்கு பிடிபட்டன.

இதுதொடர்பாக 200 கோடி ரூபாய் மதிப்பிலான இரும்புத் தாதுக்கள் கைப்பற்றப்பட்டு துறைமுகத்தில் நீதிமன்றக் காவலில் வைக்கப்பட்டது.

எனினும் ஒரே வாரத்தில் அந்த தாதுக்கள் அனைத்தும் காணாமல் போய்விட்டன. கொள்ளையடிக்கப்பட்டு விட்டதாக அதிகாரிகள் தெரிவித்தனர்.

இவ்வாறு சட்டத்திற்குப் புறம்பான நடவடிக்கைகளில் ஈடுபட்டு பல ஏக்கர் நிலத்தில் நவீன அரண்மனையைப் போன்ற மாளிகை ஒன்றை ரெட்டி சகோதரர்கள் கட்டியுள்ளார்கள். அதனைச் சுற்றிலும் அரை கிலோ மீட்டர் நீளத்தில் நீண்ட மதில் சுவர்கள் கட்டப்பட்டுள்ளன. அங்கு பொருத்தப்பட்டுள்ள பல காமிராக்களையும் கடந்துதான் அந்த மாளிகையை அடைய முடியும்.

ஒரு ஏக்கர் பரப்பில் அறுபதுக்கும் மேற்பட்ட அறைகளைக் கொண்ட கட்டிடம் ஒன்று உள்ளது. குண்டு துளைக்க முடியாத பாதுகாப்பு அறைகள், அவர்களது ஹெலிகாப்டர்கள் இறங்கக் கூடிய மேடை, நீச்சல் குளம், நவீன உடற்பயிற்சிக் கூடம், வரிசை கட்டி நிற்கும் கார்களில் துப்பாக்கிகள் ஏந்திய பாதுகாப்புப் படையினர் என சினிமாவை விஞ்சுகிற அளவிற்குப் பிரம்மாண்டமாகக் காட்சியளிக்கிறது அந்த மாளிகை.

ஐந்து அல்லது ஆறு ஆண்டுகளில் 60 ஆயிரம் கோடி ரூபாய் மதிப்பிலான 71 லட்சம் டன்கள் இரும்புத் தாதுக்களை ரெட்டி சகோதரர்கள் கொள்ளையடித்துவிட்டதாக மத்திய மற்றும் மாநில அரசுகள் ஒப்புக்கொண்டன.

இத்தனை குறுகிய காலத்தில் இவ்வளவு பெரிய சொத்தை அவர்கள் குவித்தனர். 68 கனிம வயல் குத்தகைக்காரர்களில் 48 பேருக்கு மேல் குத்தகை ஒப்பந்தம் செய்து கொண்டதே இதற்கு முக்கியக் காரணம்.

கர்நாடக முதல்வராக இருந்த எடியூரப்பா இருந்தபோதுதான் இந்த முறைகேடுகள் நடந்தன. முறைகேடான வகையில் கனிமங்களை ரெட்டி சகோதரர்கள் வெட்டி விற்றதால் மாநில அரசுக்கு 16 ஆயிரத்து 85 கோடி ரூபாய் இழப்பு ஏற்பட்டதாக

வழக்கு பதிவு செய்யப்பட்டு 2013ஆம் ஆண்டு அவர்கள் கைது செய்யப்பட்டனர்.

இந்த வழக்கில் இருந்து வெளியே தப்பித்து வருவதற்காக நீதிபதி ஒருவருக்கே லஞ்சம் கொடுக்க ஜனார்த்தன ரெட்டி முயற்சி செய்தார். இதற்கான வீடியோ ஆதாரம் வெளியாகி பெரும் பரபரப்பை ஏற்படுத்தியது.

சுமார் மூன்றரை ஆண்டுகள் சிறையில் அடைக்கப்பட்ட ரெட்டி சகோதரர்கள் ஜாமீனில் வெளியே வந்தனர்.

மட்டுமல்லாமல் ஆயிரம் மற்றும் ஐநூறு ரூபாய் நோட்டுக்கள் செல்லாது என்று நரேந்திர மோடி தலைமையிலான மத்திய அரசு அறிவித்து நாடு முழுவதும் பணத் தட்டுப்பாடு கடுமையாக நிலவிய காலக்கட்டத்தில் தனது மகள் திருமணத்தை பெங்களூருவில் மிக ஆடம்பரமாக 500 கோடி ரூபாய் செலவில் நடத்தினார்.

தனது மகளின் திருமணத்தைப் பயன்படுத்திக் கொண்டு நூறு கோடி ரூபாய் கறுப்புப் பணத்தை வெள்ளையாக ஜனார்த்தன ரெட்டி மாற்றியதாக அரசு அதிகாரியின் கார் ஓட்டுநர் தற்கொலை கடிதத்தில் குறிப்பிடப்பட்டிருந்தது பெரும் பரபரப்பை ஏற்படுத்தியது.

விஜய் மல்லையா ஊழல்

கிங் ஃபிஷர் நிறுவன அதிபர் விஜய் மல்லையா. கர்நாடக மாநிலம் மங்களூருவுக்கு அருகே பண்டவல் என்னும் நகரத்தைச் சேர்ந்தவர்.

இரண்டு மனைவியரை உடைய இவரது தந்தை விட்டல், இருபது தொழில்கள் அடங்கிய வியாபாரத்தை நடத்திவந்தார். 1983ஆம் ஆண்டு அவரது மரணத்திற்குப்பிறகு, தனது 28வது வயதிலேயே தொழில்களை முதன்மையேற்று நடத்தும் வாய்ப்பு விஜய் மல்லையாவிற்குக் கிடைத்தது. 600 கோடி ரூபாய் அளவிற்கு இருந்த சொத்தை 25 ஆயிரம் கோடி ரூபாய் அளவிற்கு உயர்த்தித் தனது திறமையை வெளிப்படுத்தினார் மல்லையா.

இவரது யூபி குரூப் உலகிலேயே இரண்டாவது மிகப் பெரிய மதுபான நிறுவனமாகத் திகழ்ந்தது. மேலும் பல முக்கியமான மதுபான நிறுவனங்களை விலைக்கு வாங்கி இணைத்துக் கொண்டதை அடுத்து யூபி நிறுவனத்தின் ஆண்டு விற்பனையை 20 ஆயிரம் கோடி ரூபாய்க்கு உயர்த்தி சாதனை புரிந்தார்.

2003ஆம் ஆண்டு கிங் ஃபிஷர் ஏர்லைன்ஸ் நிறுவனத்தை தொடங்கி 'ஓஹோ' என்று மிகப் பிரம்மாண்ட வளர்ச்சி நிலைக்குக் கொண்டு சென்றார். இந்தியாவிலேயே இரண்டாவது மிகப் பெரிய விமான நிறுவனமாக இதனை மாற்றினார். 64 விமானங்களைக் கொண்ட கிங் ஃபிஷர், குறைந்த கட்டண விமான சேவையை செய்து வந்த ஏர் டெக்கான் நிறுவனத்தை வாங்கியது. 'கிங் ஃபிஷர் ரெட்' என்று பெயர் மாற்றப்பட்ட அந்த நிறுவனம் 2011ஆம் ஆண்டு மூடப்பட்டது.

2007ஆம் ஆண்டு ஹாலந்து நாட்டுக் குடும்பம் ஒன்றுடன் இணைந்து ஃபைக்கர் ஃபார்முலா ஒன் கார் பந்தய அணியை சுமார் 665 கோடி ரூபாய்க்கு விலைக்கு வாங்கினார் மல்லையா. 'போர்ஸ் இந்தியா' என்னும் புதுப் பெயரும் அதற்கு சூட்டப் பட்டது.

பரபரப்பாகத் தொடங்கப்பட்ட ஐபிஎல் கிரிக்கெட் போட்டியின் பெங்களூரு ராயல் சேலஞ்சர்ஸ் அணியை சுமார் 715 கோடி ரூபாய்க்கு வாங்கினார்.

உலகம் முழுவதும் 26 இடங்களில் மல்லையாவுக்குச் சொத்துக்கள் உள்ளன. அவற்றில் மொராக்கோ, ஸ்காட்லாந்து, நியூயார்க், தென்ஆப்பிரிக்கா ஆகிய இடங்களில் பிரம்மாண்ட ஆடம்பர மாளிகைகள் உள்ளன.

2004ஆம் ஆண்டு லண்டனில் நடந்த ஏலம் ஒன்றில் மாவீரன் திப்பு சுல்தான் வாளை ஒரு கோடியே 44 லட்சம் ரூபாய்க்கு வாங்கி அனைவரையும் இன்ப ஆச்சரியத்தில் ஆழ்த்தினார்.

2009ஆம் ஆண்டு நியூயார்க் நகரில் நடந்த ஏலத்தில் மகாத்மா காந்தியின் கடிதங்களை சுமார் பதினொன்றரை கோடி ரூபாய்க்கு வாங்கி பரபரப்பை ஏற்படுத்தினார்.

கர்நாடக மாநிலத்தில் 400 ஏக்கரில் பரந்து கிடக்கும் குதிரைப் பண்ணை ஒன்றுக்குச் சொந்தக்காரர் விஜய் மல்லையா. மட்டுமல்லாமல் ஒரு முன்னாள் ராஜ்ய சபா உறுப்பினரும் ஆவார்.

இந்த அளவிற்குப் பிரபலமான விஜய் மல்லையா 9 ஆயிரம் கோடி ரூபாய்க்கும் அதிகமாகப் பல வங்கிகளில் கடன் வாங்கி குதூகலமாக வாழ்ந்திருக்கிறார்.

இந்தக் கடனைத் திருப்பிச் செலுத்தாமல் 2016ஆம் ஆண்டு மார்ச் மாதம் 2ஆம் தேதி அன்று இந்தியாவில் இருந்து இங்கிலாந்து நாட்டுக்குத் தப்பிச் சென்றுவிட்டார்.

விஜய் மல்லையா

இவர் மீது சிபிஐ இரண்டு வழக்குகளைப் பதிவு செய்துள்ளது. ஒன்று ஐடிபிஐ வங்கியில் 750 கோடி ரூபாய் கடன் பெற்று, திருப்பிச் செலுத்தாதது. இரண்டாவது ஸ்டேட் பாங்க் ஆஃப் இந்தியாவில் 6 ஆயிரம் கோடி ரூபாய்க்கும் அதிகமாகக் கடன் பெற்று திருப்பிச் செலுத்தாதது.

அந்நியச் செலவாணி மோசடி தொடர்பாக அமலாக்கத் துறை மல்லையா மீது வழக்கு பதிவு செய்துள்ளது.

கிங் ஃபிஷர் ஏர்லைன்ஸின் நிதி நிலைமை மிகவும் மோசமாக இருந்த உண்மை தெரிந்தும் ஐடிபிஐ வங்கி 750 கோடி ரூபாயைக் கடனாகக் கொடுத்த அதிர்ச்சி தகவல் சிபிஐ விசாரணையில் தெரிய வந்தது.

மேலும் ஐடிபிஐ அங்கம் வகிக்கும் 17 வங்கிகள் கூட்டமைப்பில் இருந்து வாங்கிய கடனை கிங் ஃபிஷர் திருப்பிச் செலுத்த முடியவில்லை என்றும் சிபிஐ தெரிவித்தது.

எப்படியோ 9 ஆயிரம் கோடி ரூபாயைக் கடன் வாங்கி சுகபோக வாழ்க்கையை இங்கிலாந்தில் வாழ்ந்து கொண்டிருக்கிறார் மல்லையா.

அவரை இந்தியாவிற்குக் கொண்டுவர முயற்சிகள் எடுக்கப் பட்டு வருவதாக அரசுத் தரப்பில் சொல்லப்பட்டு வருகிறது.

இதனிடையே இங்கிலாந்தில் தலைமறைவு வாழ்க்கையை வாழ்ந்து கொண்டிருக்கும் விஜய் மல்லையா ஸ்காட்லாந்து யார்டு காவல்துறையிடம் சரணடைந்தார்.

லண்டன் வெஸ்ட் மினிஸ்டர் நடுவர் நீதிமன்றத்தில் ஆஜர் படுத்தப்பட்ட நிலையில் அவரை இந்தியாவிற்குக் கொண்டு வர இந்திய அரசு நடவடிக்கை எடுத்தது.

ஆனாலும் சரணடைந்த மூன்றே மணி நேரத்தில் ஜாமீன் வாங்கிக் கொண்டுவிட்டார் மல்லையா.

நாடு முழுவதும் கொந்தளிப்பை ஏற்படுத்திய போதிலும் மல்லையா விவகாரத்தில் அரசியல்வாதிகள் உறுதியான நிலைப் பாட்டை எடுக்காமல் இருப்பதே அவர் இன்னும் இந்தியாவிற்குக் கொண்டு வந்து விசாரிக்கப்படாமல் இருப்பதற்கு உண்மையான காரணம் என்று கூறப்படுகிறது.

8 தமிழக ஊழல்கள்

இந்தியாவில் ஊழல்கள் மலிந்த மாநிலம் தமிழகம் என்றே பலராலும் கூறப்பட்டு வருகிறது. அதிலும் குறிப்பாக திராவிடக் கட்சிகள்தான் ஊழலைத் தமிழகத்தில் வளர்த்து விட்டதாகப் பலரும் பகிரங்கமாகவே குற்றம்சாட்டி வருகின்றனர்.

திராவிடக் கட்சிகள் என்றால் திமுக மற்றும் அதிமுக ஆகிய இரு கட்சிகள் மட்டுமே. ஏனென்றால் 1967ஆம் ஆண்டு முதல் தற்போது வரை இவ்விரு கட்சிகள் மட்டுமே மாறி மாறி ஆட்சி செய்து வருகின்றன.

ஊழல் மலிந்து கிடப்பதைப் பற்றி நெஞ்சு விம்மி விம்மி அழாத தமிழர்களே இருக்க முடியாது. தினமும் தங்கள் வாழ்க்கையில் ஏதோ ஒரு விதத்தில் லஞ்ச ஊழலால் அவர்கள் துயருற்றுக் கொண்டே இருக்கிறார்கள் என்பது உண்மையே.

உயிரோடு இருக்க அத்யாவசியமான உணவு முதல் உயிர் காக்கத் தேவையான மருத்துவம் வரை ஊழல் கொடிகட்டிப் பறக்கும் அவலம்.

ஊழலுக்குக் காரணமாகப் பலராலும் குற்றம்சாட்டப்படும் திராவிடக் கட்சிகளோ ஒன்றையொன்று ஊழல் குற்றம்சாட்டிக் கொண்டே இருக்கின்றன.

ஆனாலும் மக்கள் இவ்விரு கட்சிகளுக்குத்தான் மாறி மாறி ஆதரவு தெரிவித்து வருவதுதான் விசித்திர உண்மை. அப்படி என்றால் இந்தக் கட்சிகள்தான் ஊழக்கு முக்கியக் காரணம் என்பதை மக்கள் ஏற்றுக்கொள்ளவில்லையா? அல்லது ஊழல் என்பது அத்தனை பெரிய கெட்ட வார்த்தை கிடையாது என்ற எண்ணமா?

இப்படியொரு கேள்வியும் எழத்தான் செய்கிறது.

ஊழல் என்பது திராவிடக் கட்சிக் காலத்தில் மட்டுமல்ல அதற்கு முன்பு காங்கிரஸ் கட்சிக் காலத்திலும் இருந்திருக்கிறது என்பதுதான் உண்மை.

அன்றைய காலக்கட்டத்தில் குறைந்த சதவீதத்தில் நடந்த ஊழல்கள் இன்று சற்று மிகையான சதவீதத்தில் நடக்கிறது என்பதுதான் நிஜம்.

காங்கிரஸ் ஊழல்

ஊழல் பற்றி விசாரிப்பதற்காக வெங்கடப்பய்யா குழு காங்கிரஸ் கட்சியால் நியமிக்கப்பட்டது. தனது அறிக்கையை அக்குழு மகாத்மா காந்தியிடம் சமர்ப்பிக்கவும் செய்தது. அக்குழுவின் அறிக்கையை 1948ஆம் ஆண்டு ஜனவரி மாதம் 12ஆம் தேதி படித்துவிட்டு மனவேதனை அடைந்தார் மகாத்மா.

‘ஊழல் மதராஸ் மாகாணத்தின் ஏகபோக உடமையாக மட்டும் இல்லை. நாடு முழுவதும் மிகப் பெரிய கேடாகவே வளர்ந்து நிற்கிறது’ என்று மனம் வருந்திக் கூறினார் அவர்.

காந்தி அடிகள் மன வேதனை அடைகிற அளவிற்கு அப்படி என்னதான் நடந்தது?

சென்னை நாளேடுகளில் ஒரு முக்கியச் செய்தி வெளியாகி இருந்தது. அதாவது மாகாண காங்கிரஸ் கட்சித் தலைவராக இருந்த டி. பிரகாசம் சுற்றுப் பயணம் செய்த பல இடங்களிலும் பொற்கிழியைப் பரிசாகப் பெற்றதுதான் அந்தச் செய்தி.

'ஆந்திர கேசரி' என்று அழைக்கப்பட்டவர் விடுதலைப் போராட்ட தியாகி டி. பிரகாசம். ஒருங்கிணைந்த சென்னை மாகாணத்தின் முதல்வராகப் பதவி வகித்த பெருமைக்கு உரியவர்.

1953ஆம் ஆண்டு மொழிவாரி மாநிலம் பிரிக்கப்பட்ட பிறகு ஆந்திர மாநிலத்தின் முதல் முதலமைச்சராகப் பதவி வகித்தவர் டி.பிரகாசம். இவ்வளவு பெருமைக்கு உரியவர்தான் பொற்கிழி பரிசு பெற்று காந்தியடிகளின் வருத்தத்திற்கு ஆளானார்.

இந்தப் பொற்கிழி குறித்து 1946ஆம் ஆண்டு ஜனவரி மாதம் வெளியான தனது 'ஹரிஜன்' வார ஏட்டில், 'காங்கிரஸ் தலைவர்களுக்குப் பொற்கிழி அளிக்கப்படுவது மிகத் தவறு' என்று பொதுவாகக் கண்டித்து எழுதினார் மகாத்மா.

இதனிடையே சர்தார் வல்லபாய் பட்டேல் இதுதொடர்பாக விளக்கம் கேட்டு பிரகாசத்திற்குக் கடிதம் ஒன்றை அனுப்பினார்.

அதற்கு பிரகாசம் என்ன பதில் அனுப்பினார் தெரியுமா?

'விடுதலைப் போரில் தனக்கு ஏற்பட்ட இழப்பை ஈடுசெய்ய மக்கள் மனமுவந்து வழங்கிய காணிக்கை' என்று பொற்கிழி தரப் படுவதை நியாயப்படுத்திப் பதில் அனுப்பினார்.

இதற்குப் பதிலளித்த பட்டேல், 'ஏழை எளியவர்களைக் கட்டாயப்படுத்தி, மிரட்டி, உருட்டி பெறப்பட்ட காணிக்கை தவறான முன்னுதாரணத்தைத் தோற்றுவிக்கும்' என்று கண்டனம் தெரிவித்தார்.

இதன்பிறகு காந்தியடிகளும் இதுகுறித்து சற்றுக் கடுமையான விமர்சனத்தை முன்வைத்தார். அப்புறம்தான் தனது தவறை உணர்ந்தார் பிரகாசம். தான் பெற்ற காணிக்கைகளை காங்கிரஸ் கட்சியின் கணக்கில் ஒப்படைத்தார்.

'பிரகாசத்தை அரசியலை விட்டே அப்புறப்படுத்திவிட வேண்டும்' என்று ஹரிஜன் வார ஏட்டில் எழுத இருந்தார் மகாத்மா. ஆனால் பட்டேலும், நேருவும் சேர்ந்து அதனைத் தடுத்து நிறுத்தினார்கள்.

ஆக, தமிழகத்தில் முதன்முதலாக ஊழல் விதையைத் தூவியவர் காங்கிரஸ் கட்சியைச் சேர்ந்த டி.பிரகாசம் எனலாம்.

அதேபோல மூதறிஞர் ராஜாஜியும் ஊழல் குற்றச்சாட்டுக்கு ஆளானார் என்றும் ஓர் தகவல் உண்டு. அதாவது 1947ஆம் ஆண்டு மத்திய கைத்தறித்துறை அமைச்சராக இருந்தார் ராஜாஜி.

ராஜாஜி

அப்போது அந்தத் துறையில் 6 கோடி ரூபாய் அளவிற்கு அரசுக்கு இழப்பு ஏற்பட்டது.

6 கோடி ரூபாய் என்றால் அதன் தற்போதைய மதிப்பு சுமார் 2 ஆயிரம் கோடி ரூபாய். எனவே அந்தக் காலத்திலேயே ஸ்பெக்ட்ரம் ஊழலுக்கு இணையான ஊழல் நடக்கத்தான் செய்துள்ளது!

அதேபோல ஊழல் குற்றச்சாட்டுக்கு ஆளானதால் ஐசிஎஸ் அதிகாரி எஸ்.ஏ.வெங்கட்ராமன் என்பவரைப் பதவி நீக்கம் செய்தது மத்திய அரசு. ஆனால் பின்னர் இவரை ரெவினியூ போர்டின் முதல் உறுப்பினராக ராஜாஜி நியமித்தார்.

ஊழல்வாதிகளுக்கு இவ்வாறு சலுகையும், மரியாதையும், பதவியும் அளிப்பதும் ஊழலுக்கு உடந்தையானதே என்று பலரும் அப்போது குற்றம்சாட்டினர்.

மன்னிக்க முடியாத ஊழல் புரிந்ததாகக் கூறி காங்கிரஸ் கட்சியின் தலைவர் பதவியில் இருந்து மட்டுமல்லாமல் கட்சியின் அடிப்படை உறுப்பினர் பதவியில் இருந்து நீக்கப்பட்டவர் டி.எஸ்.எஸ். ராஜன்.

ஒழுக்கமற்ற ஊழல் புரிந்தவர் என்ற அவப் பெயர் பெற்றிருந்த ராஜனைத் தமது அமைச்சரவையில் சேர்த்து சுகாதாரத் துறை அமைச்சராக்கினார் ராஜாஜி.

ராஜாஜி மீது மேலும் ஒரு குற்றச்சாட்டும் உண்டு. அதாவது அவர் நாட்டின் கவர்னர் ஜெனரலாக இருந்து ஓய்வு பெற்றதும், அரசுக்கு ஒரு கடிதம் எழுதினார்.

அதில், தான் நீண்ட காலம் வாழப் போவதாகவும், அக்காலம் முழுவதும் தனக்கு வரவேண்டிய பணி ஓய்வுத் தொகையைக் கணக்கிட்டால் கிண்டியில் உள்ள ராஜ்பவனத்தின் மதிப்பை விடவும் கூடுதலாக இருக்கும் என்றும், எனவே ராஜ்பவனைத் தனக்குக் கொடுத்துவிட வேண்டும் என்றும் எழுதப்பட்டிருந்தது.

மூதறிஞர் என்பதால் சாதாரண மனிதர்களால் நினைத்துக் கூடப் பார்க்க முடியாத அளவிற்கு இவ்வாறு நினைத்தார் போலும். ஆனால் ராஜாஜியின் கோரிக்கையை அரசு நிராகரித்து விட்டது.

காங்கிரஸ் கட்சியின் முக்கிய தலைவர்களில் ஒருவரான ராஜாஜி மீது இவ்வாறு ஊழல் தொடர்புடைய குற்றச்சாட்டுகள்

வெளியானது என்றாலும் பெருந்தலைவர் காமராஜரின் குருநாதர் சத்தியமூர்த்தி மீதும் குற்றச்சாட்டுகள் எழத்தான் செய்தன.

'சத்தியமூர்த்தியும் லஞ்சம் வாங்குகிறார்' என்று பரவலாக ஒரு குற்றச்சாட்டு எழுந்தபோது அவரிடமே இந்தக் கேள்வி முன் வைக்கப்பட்டது.

அதற்கு சத்தியமூர்த்தியும் விளக்கமளித்தார்.

'நாள் முழுவதும் உழைத்துக் கொண்டே இருக்க வேண்டும். எங்காவது பஞ்சாயத்துத் தேர்தல் என்றாலும் அதற்கு மேளம் வாசிக்க சத்தியமூர்த்தி வரவேண்டும்.

நான் பணக்காரன் கிடையாது. தினமும் நானும் சாப்பிட வேண்டாமா? இந்த நாட்டில் அரசியல் வாதிகளுக்கு என்று தனியாக நிதியா வைத்திருக்கிறார்கள்? தேர்தல் தம்பட்டம் அடித்துவிட்டு, நானும் என் குடும்பத்தினரும் வாயு பட்சணமா சாப்பிட முடியும்?

நான் லஞ்சம் வாங்குவதாகச் சொல்கிறார்கள். நான் என்ன வெள்ளைக்காரனிடம் பணம் வாங்கிக் கொண்டு என் நாட்டைக் காட்டிக் கொடுத்து விட்டேனா? யாராவது ஒரு பணக்காரனுக்கு சட்டமன்றத்தில் ஒரு கேள்வி கேட்க வேண்டியிருக்கும். அவரிடம் பணம் இருக்கிறது. என்னிடம் கேள்வி கேட்கும் திறமையும், ஆற்றலும் இருக்கிறது. அவரிடம் பணம் வாங்கிக் கொண்டு கேள்வி கேட்கிறேன். எப்போதாவது இப்படிச் செய்தால் அதற்குப் பெயர் லஞ்சமா?' என்று சத்தியமூர்த்தி பதிலளித்தார்.

இப்படியொரு செய்தி 1943ஆம் ஆண்டு டிசம்பர் மாதம் 8ஆம் தேதி வெளியான பாரததேவி என்னும் இதழில் வெளியாகி உள்ளதாக இணையதளத்தில் ஒரு தகவல் வெளியாகி உள்ளது.

இது உண்மையான தகவல்தானா என்று தெரியவில்லை. என்றாலும் ஊழல் பற்றிய புத்தகம் என்பதால் இதனைப் பதிவு செய்வதில் தவறில்லை என்பதால் இது தரப்பட்டுள்ளது.

ஆக, லஞ்சம், ஊழல் என்பது அங்கொன்றும் இங்கொன்று மாக காங்கிரஸ் கட்சி ஆட்சிக் காலத்திலும் தமிழகத்தில் இருந்துள்ளது என்பது தெரிகிறது.

ஆனாலும் இந்தத் தீங்களிக்கும் பயிருக்கு நிறைய இரசாயன உரமிட்டு, தண்ணீர் ஊற்றி வளர்த்த பெருமை திராவிடக் கட்சிகளுக்கு உண்டு என்பதும் மறுக்க முடியாத உண்மை.

திமுக ஆட்சி ஊழல்

மொழி மற்றும் செல்வந்தர்களின் ஆதிக்கப் போக்கு ஆகியவற்றை முன்வைத்து தீவிர பிரச்சாரம் செய்து ஆட்சியைக் கைப்பற்றியது திராவிட முன்னேற்றக் கழகம். காங்கிரஸ் ஆட்சிக் காலத்தில் நிலவிய கடுமையான பஞ்சமும், உணவுத் தட்டுப்பாடும் திமுகவின் வெற்றி வாய்ப்புக்கு மேலும் உதவி புரிந்தன.

1967ஆம் ஆண்டு மாபெரும் வெற்றியைப் பெற்று திமுக முதன்முதலாகத் தமிழகத்தில் ஆட்சிக் கட்டிலில் அமர்ந்தது. அறிஞர் அண்ணா தமிழக முதல்வராகப் பதவியேற்றார். எனினும் உடல்நலம் குன்றியதால் 1969ஆம் ஆண்டு பிப்ரவரி மாதம் தொடக்கத்தில் அண்ணா காலமானார். இதனையடுத்து கலைஞர் கருணாநிதி முதல்வர் பொறுப்பேற்றார். இதன்பிறகே தமிழகத்தில் லஞ்ச ஊழல் தலைவிரித்தாடியது என்பதுதான் பரவலான குற்றச் சாட்டு.

1972ஆம் ஆண்டு பிற்பகுதியில் திமுகவில் இருந்து நீக்கப்பட்ட எம்ஜிஆர், அதிமுகவைத் தொடங்கினார். அத்துடன் திமுக ஆட்சியில் ஊழல் மலிந்துவிட்டதாகக் குற்றம்சாட்டியதோடு, 28 ஊழல் குற்றச்சாட்டுக்களைச் சுமத்தினார். மத்திய அரசுக்கும் அதனை அறிக்கையாக அனுப்பி நடவடிக்கை எடுக்குமாறு கேட்டுக் கொண்டார்.

மேகலா பிக்சர்ஸ் ஊழல், அஞ்சுகம் பிக்சர்ஸ் ஊழல், டிராக்டர் ஊழல், கருப்பு பணத்தில் கோபாலபுரம் இல்லம் விரிவாக்கம், முரசொலி ஊழல், திருவாரூர் வீட்டு ஊழல், ராஜா அண்ணாமலைபுரம் வீடு ஊழல், கோபாலபுரம் வீட்டு மதிப்பு ஊழல், ஊழல் அதிகாரியைக் காப்பாற்றி முறைகேடு செய்தது, வீராணம் ஊழல், பூச்சி மருந்து தெளிப்பு ஊழல், மணி அரிசி ஆலை கடன் ஊழல், ஜெ.கே.கே. குழுமத்தின் விற்பனை வரி ஏய்ப்பு ஊழல், சமயநல்லூர் மின்திட்ட ஊழல், குளோப் தியேட்டர் வாடகை சட்டத் திருத்த ஊழல், பிராட்வே டைம்ஸ் ஊழல், சர்க்கரை ஆலை ஊழல், கூட்டுறவு சங்க ஊழல், மது ஆலை ஊழல், கொடைக்கானல் மற்றும் பழனி சாலை ஊழல், தி.மு.க. அறக்கட்டளை ஊழல், நில ஆக்கிரமிப்பு மற்றும் கொலை குற்றச்சாட்டு, ஊழல், கிரிமினல் குற்றவாளிகளுக்கு ஆதரவு, தொழிற்சங்க ஊழல், ஊடகங்களுக்கு மிரட்டல், மின் திருட்டு, எதிர்க்கட்சிகள் மீது தாக்குதல், இழப்பீட்டு தொகை ஊழல் என்பனவே அந்த ஊழல் குற்றச்சாட்டுகள்.

இந்த ஊழல் குற்றச்சாட்டுகள் 1975ஆம் ஆண்டின் இறுதியில் மத்திய அரசிடம் கொடுக்கப்பட்டது. அப்போது நாட்டில் நெருக்கடி நிலை பிரகடனம் செய்யப்பட்டிருந்தது. பிரதமர் இந்திரா காந்தி. நாட்டின் முக்கிய எதிர்க்கட்சித் தலைவர்களான ஜெயப்பிரகாஷ் நாராயணன், மொரார்ஜி தேசாய் உள்ளிட்டோர் மிசா சட்டத்தின் கீழ் கைது செய்யப்பட்டு சிறையில் அடைக்கப் பட்டிருந்தனர். பேச்சு, எழுத்து உள்ளிட்ட அடிப்படை உரிமைகள் அனைத்தும் பறிக்கப்பட்டிருந்தன.

இத்தருணத்தில் தமிழகத்தில் கருணாநிதி தலைமையில் ஆட்சி நடைபெற்று வந்தது. இந்த ஆட்சி இந்திரா காந்தியின் நெருக்கடி நிலைக்கு எதிராகக் குரல் கொடுத்து வந்தது.

இந்நிலையில்தான் ஊழல் குற்றச்சாட்டுகள் இந்திராவிடம் கொடுக்கப்பட்டு, கருணாநிதி தலைமையிலான திமுக அரசை நீக்க வேண்டும் என்ற கோரிக்கையை எம்ஜிஆர் வலியுறுத்தினார்.

1976ஆம் ஆண்டு ஜனவரி மாதம் 31ஆம் தேதி திமுக அரசு டிஸ்மிஸ் செய்யப்பட்டது. கூடவே தமிழகச் சட்டமன்றமும் கலைக்கப்பட்டது.

இதனையடுத்து அதிமுக அளித்த ஊழல் குற்றச்சாட்டை விசாரிப்பதற்காக உச்சநீதிமன்ற நீதிபதி ஆர்.எஸ். சர்க்காரியா தலைமையில் 1976ஆம் ஆண்டு பிப்ரவரி மாதம் 3ஆம் தேதி அன்று விசாரணைக் கமிஷனை அமைத்தது மத்திய அரசு.

இந்த ஊழல் குறித்து விசாரணை நடத்திய சர்க்காரியா, திமுக ஆட்சியில் ஊழல்கள் நடந்தன என்பது உண்மைதான் என்றும், ஆனால் அவற்றைக் கண்டுபிடிக்க முடியாத அளவிற்கு விஞ்ஞான முறையில் செய்யப்பட்டுள்ளன என்றும் தெரிவித்தார்

கருணாநிதியின் சொந்த, பந்தங்கள், வியாபாரங்கள், பத்திரிகைகள், திரையுலகத் தொடர்புகள், கட்சிப் பணிகள், அரசின் செயல்பாடுகள் என்று அத்தனையையும் அலசி ஆராய்ந்திருக்கிறது.

‘திமுக ஆட்சியில் சில மூத்த ஐஏஎஸ் அதிகாரிகள் தாங்கள் தவறாக நடக்கிறோம் என்பது தெரிந்தே தங்கள் கடமையில் இருந்து தவறியுள்ளார்கள். அமைச்சர்களின் வாய்மொழி உத்தரவுகளை நிறைவேற்றுவதைத் தவிர தங்களுக்கு வேறு வழி இல்லாமல் இருந்தது என்று அவர்கள் விளக்கம் அளித்துள்ளனர்.

அமைச்சர்கள் சார்பில் பேசி லஞ்சம் வாங்கித் தரும் நபராகத் தாங்கள் பயன்படுத்தப்பட்டதை அவர்கள் அனுமதித்துள்ளனர்.

அமைச்சர்களின் நல்லெண்ணத்தைப் பெற வேண்டும் என்பதற்காக அரசு அதிகாரிகள் முறை தவறிச் செயல்பட்டிருக்கிறார்கள். அசட்டையாகவும், மெத்தனமாகவும் அஞ்சிச் சாகும் கோழை களாகவும் உள்ள இத்தகைய அரசு அதிகாரிகளால் அதிகார வர்க்கம் முழுவதும் கெட்டுப்போய் விட்டது. எனவே அவர்களிடம்

பரிவு காட்ட வேண்டிய அவசியம் இல்லை..' என்று மிகுந்த காட்டமாகத் தமது அறிக்கையில் சர்க்காரியா குறிப்பிட்டுள்ளார்.

ஒரு குற்றவியல் நீதிமன்றத்தில் கடைப்பிடிக்கப்படும் அனைத்து நடைமுறைகளையும் மிகச் சரியாகவும், திறமையாகவும் கடைப்பிடித்தார் சர்க்காரியா.

பூர்வாங்க ஆதாரங்கள் இருந்தும், சந்தேகத்திற்கு இடமில்லாத வகையில் குற்றச்சாட்டுகள் நிரூபிக்கப் படவில்லை என்று பல குற்றச்சாட்டுகளை நிராகரிக்கவும் செய்தார்.

மிகச் சிறப்பாகவும், நேர்மையான முறையிலும் விசாரணை நடத்தி, சாட்சிகளையும் தெளிவாக விசாரித்து, ஆவணங்களை முறையாகப் பரிசீலனை செய்து அளிக்கப்பட்டதுதான் சர்க்காரியா கமிஷன் அறிக்கை.

ஆனால் அந்த அறிக்கையின் மீது எந்தவிதமான நடவடிக்கை யும் எடுக்கப்படாமல் அது குப்பைத் தொட்டியில் வீசி எறியப் பட்டது. அவ்வாறு வீசி எறிந்தவர் யாரென்றால் இந்திரா காந்தி அம்மையார்தான்.

விசாரணைக் கமிஷனை அமைத்தவரும் இந்திராதான். அதனைக் கல்லறைக்குள் புதைத்தவரும் அதே இந்திராதான்.

இடைப்பட்ட காலத்தில் என்ன நடந்தது என்பது அரசியல் களத்தை உற்றுநோக்கியவர்கள் அறிவார்கள்.

நெருக்கடிநிலை அமல் செய்யப்பட்டதும் இந்திராவிற்கு எதிராக அரசியல் செய்தார் கருணாநிதி. அதனால் கோபமடைந்த இந்திரா, எம்ஜிஆரின் ஊழல் குற்றச்சாட்டை ஏற்று சர்க்காரியா கமிஷனை நியமித்தார்.

நெருக்கடி நிலை விலக்கப்பட்டு 1977ஆம் ஆண்டு நடைபெற்ற தேர்தலில் காங்கிரஸ் படுதோல்வி அடைந்தது. முதன்முதலாக நாட்டில் காங்கிரஸ் அல்லாத, ஜனதா கட்சி வெற்றி பெற்று மொரார்ஜி தேசாய் தலைமையில் ஆட்சியில் அமர்ந்தது.

இந்தக் காலக்கட்டத்தில் மத்திய அரசைப் பகைத்துக் கொள்ள விரும்பாத எம்ஜிஆர் ஜனதா கட்சியோடு சிநேகம் கொண்டு, இந்திராவைக் கழற்றி விட்டார்.

1980ஆம் ஆண்டு ஜனதா கட்சி ஆட்சி முடிவுக்கு வந்து மீண்டும் தேர்தல் வந்தபோது, கருணாநிதி இந்திராவோடு கூட்டணி வைத்தார்.

இந்தத் தேர்தலில் காங்கிரஸ் அமோக வெற்றிபெற்று இந்திரா மீண்டும் பிரதமரானார். இந்த வாய்ப்பை கச்சிதமாகப் பற்றிக் கொண்ட திமுக, ஏற்கெனவே இந்திராவுடன் செய்து கொண்ட ஒப்பந்தத்திற்கு இணங்க, சர்க்காரியா கமிஷன் அறிக்கையை பூஜ்யமாக்கிக் கொண்டது.

ஆக, திமுக ஆட்சியில் ஊழல்கள் பல நடைபெற்றும் எதிலும் நடவடிக்கை இல்லாமல் தப்பித்துக்கொள்ளும் தந்திர யுக்தி பயன் படுத்தப்பட்டது. கருணாநிதி உட்பட திமுகவினர் பலரும் தப்பினர்.

எம்ஜிஆர் ஊழல்

அதிமுக எம்ஜிஆர் தலைமையில் 1977ஆம் ஆண்டு நடை பெற்ற சட்டமன்றத் தேர்தலில் வெற்றிவாகை சூடி ஆட்சி அமைத்தது.

கருணாநிதி ஊழல் ஆட்சி நடத்துவதாகக் குற்றம்சாட்டித் தான் அதிமுகவைத் தொடங்கினார் எம்ஜிஆர். ஆனாலும் தமிழக முதல்வராக அவர் பதவியேற்ற பிறகும் ஊழல் குற்றச்சாட்டுகள் எழுந்தன என்பதே உண்மை.

தனக்கு வேண்டியவர்களுக்கு அதிகாரத்தைப் பயன்படுத்தி சில முறைகேடுகள் எம்ஜிஆர் ஆட்சி காலத்தில் நடந்தன. சென்னை மிருகக்காட்சி சாலை இருந்த இடம் பழனி பெரிய சாமி என்பவருக்கு வழங்கப்பட்டது. சென்னை வளசரவாக்கத்தில் இருந்த அரசுக்குச் சொந்தமான புறம்போக்கு நிலம் நடிகைகள் அம்பிகா மற்றும் அவரது சகோதரி ராதாவுக்கும் மாற்றப்பட்டன. போரூர் புறம்போக்கு நிலம் சாராய அதிபர் உடையாருக்கும், மருவத்தூர் ஏரி புறம்போக்கு நிலம் பங்காரு அடிகளாருக்கும் எழுதிக் கொடுக்கப்பட்டது.

இப்படிப்பட்ட புகார்கள் எழுந்தன. பத்திரிகைகளிலும் இவை வெளியாகின.

மேலும் முனுஆதி, லியாகத் அலிகான், உக்கம்சந்த், பழக்கடை பாண்டி, சுலோச்சனா சம்பத் போன்ற தனக்கு நெருக்கமான பலர் வாரியத் தலைவர்களாக நியமிக்கப்பட்டனர். அந்த வாரியங்கள் மூலமாக அவர்களில் பலரும் சொத்துக்களைக் குவித்தனர் என்பதும் அப்போது எழுந்த குற்றச்சாட்டுகள்.

ராபின்மெயின் வழக்கு மிகவும் பிரபலமாகப் பேசப்பட்ட ஒரு வழக்கு.

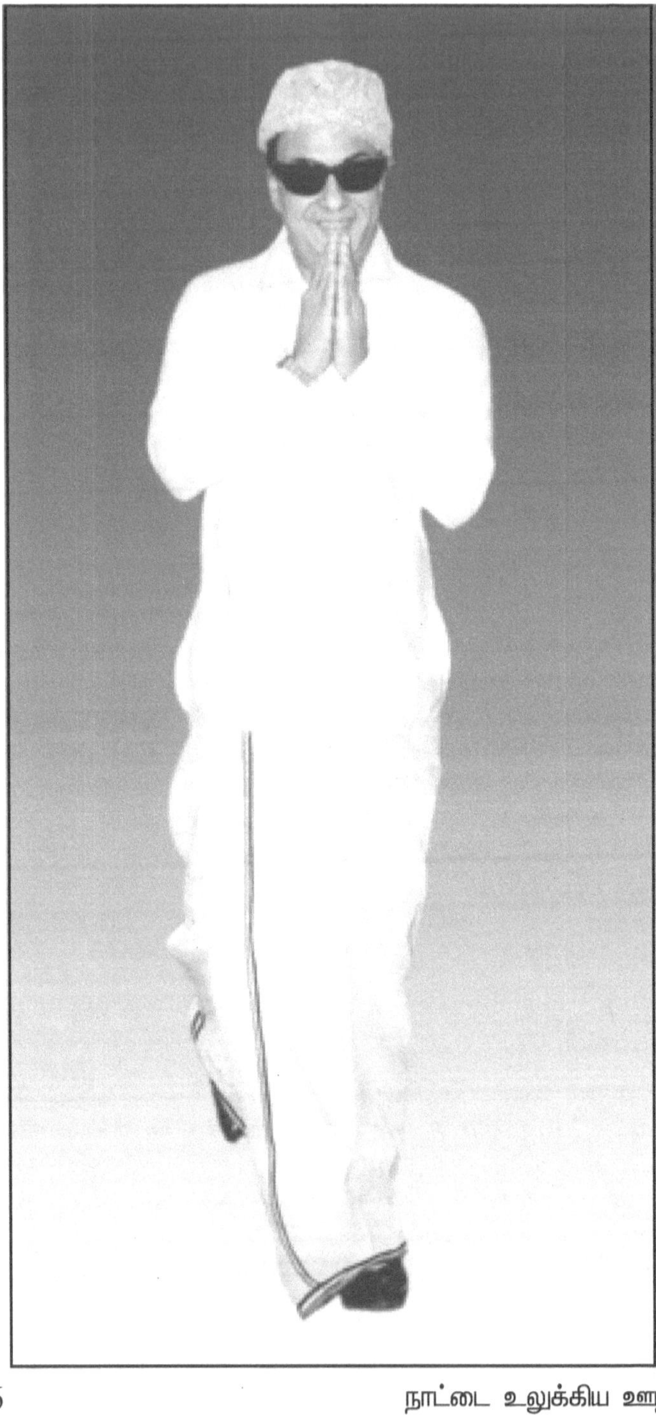

1982ஆம் ஆண்டு எம்ஜிஆர் தலைமையிலான அதிமுக ஆட்சியில் காளிமுத்து வேளாண்துறை அமைச்சராகப் பதவி வகித்தார். தமது வேளாண்துறை நிதியை அரசுடைமையாக்கப் பட்ட வங்கிகளில் முதலீடு செய்வதாகவும், அதற்குக் கைமாறாக தான் பரிந்துரைக்கும் நபர்களுக்கு கடன் வழங்க வேண்டும் என்றும் இரகசிய ஒப்பந்தம் ஒன்றைச் செய்துகொண்டதாகப் புகார் கிளம்பியது.

இதேபோல் 1982 மற்றும் 1983ஆம் ஆண்டுகளில் வேளாண் துறை நிதி வங்கிகளில் முதலீடு செய்யப்பட்டது. காளிமுத்துவின் சிபாரிசை அடுத்து அவரது நெருங்கிய சகாக்கள் ராபின்மெயின், சாகுல் அமீது, சோமசுந்தரம், சூரியக்குமார் உள்ளிட்ட சிலர் ஒன்று முதல் மூன்று லட்சம் வரை வங்கிகளில் லாரி மற்றும் டிராக்டர் வாங்குவதற்காகக் கடன் பெற்றனர்.

இவ்வாறு கடன் பெற்றவர்கள் ஒழுங்காகக் கடனைத் திருப்பிச் செலுத்தவில்லை. வங்கிச் சட்டப்படி லாரி மற்றும் டிராக்டர்களைப் பறிமுதல் செய்ய முற்பட்டனர் வங்கி அதிகாரிகள்.

அப்போதுதான் ஒரு மிகப் பெரிய திடுக்கிடும் உண்மை அவர்களுக்குத் தெரியவந்தது.

அந்த வாகனங்கள் அனைத்தும் வேறு யாருக்கோ சொந்தமானது. இவர்கள் வங்கியில் சமர்ப்பித்த ஆவணங்கள் அனைத்தும் போலியானது என்பதும் தெரியவந்தது.

இதனையடுத்து மத்தியப் புலனாய்வுத் துறையான சிபிஐயிடம் வங்கிகள் புகார் அளித்தன. பின்னர் தீவிரமாக விசாரிக்கப்பட்டு ராபின்மெயின், சாகுல் அமீது உட்பட மொத்தம் 32 பேர் மீது ஊழல் தடுப்பு சட்டத்தின் கீழ் வழக்கு பதிவு செய்யப்பட்டது.

1987ஆம் ஆண்டு குற்றப்பத்திரிகை தாக்கல் செய்யப்பட்டது. இந்த வழக்கில் ஆஜராகுமாறு 2005ஆம் ஆண்டு காளிமுத்துவுக்கு உச்சநீதிமன்றம் சம்மன் அனுப்பியது.

அப்போது ஜெயலலிதா தலைமையிலான அதிமுக ஆட்சி நடைபெற்றது. காளிமுத்து அப்போது சட்டப் பேரவைத் தலைவராக இருந்தார்.

இதனால் மனவேதனையடைந்த காளிமுத்துவிற்கு அப்போது முதல் உடல் நலமும் சரியில்லாமல் போயிற்று.

32 ஆண்டுகளுக்குப் பிறகு 2016ஆம் ஆண்டு ஜனவரி மாதம் 29ஆம் தேதி இந்த வழக்கில் தீர்ப்பு வெளிவந்தது. ராபின்மெயின், சூரியக்குமார், சாகுல்அமீது, சோமசுந்தரம், பாசில் சாம் ஆகிய ஐந்து பேருக்கு 2 முதல் 7 ஆண்டுகள் வரை தண்டனை வழங்கப் பட்டது. மேலும் ஒரு கோடியே 65 லட்சம் ரூபாய் அபராதமும் விதிக்கப்பட்டது.

அதேபோல் எம்ஜிஆர் ஆட்சியில் பல்கேரியாவில் இருந்து கப்பல் வாங்குவதற்காக 4 கோடி ரூபாய் லஞ்சமாக எம்ஜிஆர் கேட்டதாகவும், முன்பணமாக ஒரு கோடி ரூபாய் வாங்கி விட்ட தாகவும் அப்போதைய எதிர்க்கட்சித் தலைவர் கருணாநிதி தமிழக சட்டமன்றத்தில் குற்றம்சாட்டி ஆதாரங்களையும் அளித்தார்.

இதுதொடர்பாக விசாரணை கமிஷன் அமைக்கப்படும் என்று எம்ஜிஆர் பதிலளித்தார்.

இப்படி ஊழல் புகார்கள் எம்ஜிஆரின் அதிமுக ஆட்சியிலும் வெளிவரத்தான் செய்தன.

எம்ஜிஆர் ஆட்சிக் காலத்தில் பரபரப்பாகப் பேசப்பட்ட மற்றொரு ஊழல் 'எரிசாராய ஊழல்.'

தமிழக அரசிடம் இருந்து 65 லட்சம் லிட்டர் எரிசாராயத்தை கேரள அரசு கோரியது. 33.5 லட்சம் லிட்டர் எரிசாராயத்தை அனுப்பிய தமிழக அரசு, பின்னர் கையிருப்பு இல்லை என்று அத்துடன் நிறுத்திக் கொண்டது.

ஆனால் காலாவதியாகிப்போன வாகன அனுமதியை வைத்துக் கொண்டு கேரளாவைச் சேர்ந்த சில கடத்தல் புள்ளிகள் தமிழகத்தில் இருந்து எரிசாராயத்தை தொடர்ந்து அம்மாநிலத் திற்கு அனுப்பி வந்தனர்.

இவ்வாறு கடத்தப்பட்ட 60 ஆயிரம் லிட்டர் எரிசாராயத்தை கேரள அதிகாரிகள் கைப்பற்றினர். பின்னர் கடத்தல் புள்ளிகளிடம் விசாரணை நடத்தியதில் இவ்வாறு கடத்துவதற்காக எம்ஜிஆருக்கு 5 கோடி ரூபாய் லஞ்சமாகக் கொடுத்ததாகக் குறிப்பிட்டனர்.

இந்தத் திடுக்கிடும் தகவல் கேரளாவில் இருந்து வெளியாகும் பத்திரிகைகளில் செய்தியாக வெளிவந்து பரபரப்பை ஏற்படுத்தியது.

இந்தப் புகார் தெரிவிக்கப்பட்டதும் உடனடியாக நீதிபதி கைலாசம் தலைமையில் விசாரணைக் கமிஷன் ஒன்றை எம்ஜிஆர் நியமித்தார்.

குற்றம் செய்ததாகக் கூறப்படும் எம்ஜிஆரே விசாரணைக் கமிஷன் அமைத்ததற்கு எதிர்க்கட்சிகள் கடும் கண்டனம் தெரிவிக்கவே, அதிலிருந்து நீதிபதி கைலாசம் விலகிக் கொண்டார்.

பின்னர் இந்த விவகாரத்தில் தலையிட்ட மத்திய அரசு இது குறித்து விசாரிக்க 'ரே கமிஷன்' அமைத்தது. இதன் விசாரணையில் பாட்டிலிங், பிளாண்டிங் தொழிற்சாலைகளில் இருந்து தமிழக அரசின் தலைமைக்கு 5 கோடி ரூபாய் லஞ்சம் கொடுக்கப்பட்டது நிரூபணமானது.

ஆனால் இந்தச் சமயத்தில் எம்ஜிஆர் இறந்து போன காரணத்தால் இந்த ரே கமிஷன் அறிக்கை அத்துடன் முடிக்கப் பட்டுவிட்டது.

1980ஆம் ஆண்டு எம்ஜிஆர் அமைச்சரவையில் அறநிலையத் துறை அமைச்சராகப் பதவி வகித்தவர் ஆர்.எம்.வீரப்பன்.

1980ஆம் ஆண்டு நவம்பர் மாதம் 26ஆம் தேதி அன்று திருச்செந்தூர் முருகன் கோயில் விடுதியில் கோயில் அதிகாரி சுப்ரமணிய பிள்ளை மர்மமான முறையில் இறந்து கிடந்தார்.

உண்டியல் பணத்தைத் திருடியபோது வசமாக சிக்கிக் கொண்டதாகவும், அந்த அவமானம் தாங்காமல் அவர் தற்கொலை செய்து கொண்டதாகவும் வீரப்பனும், அதிமுகவினரும் பகிரங்கமாகத் தெரிவித்தனர்.

ஆனால் உண்டியலில் வைர வேல் இருந்ததாகவும், அதைத் திருடியவர் அப்போதைய அமைச்சர் ஆர்.எம்.வீரப்பன் என்றும் கருணாநிதி குற்றம்சாட்டினார்.

இந்தக் குற்றச்சாட்டைத் தொடர்ந்து ஓய்வுபெற்ற நீதிபதி பால் தலைமையில் விசாரணைக் கமிஷன் ஒன்று நியமிக்கப் பட்டது.

1981ஆம் ஆண்டு பால் கமிஷன் தனது அறிக்கையை அரசிடம் சமர்ப்பித்தது. உடனடியாக விமானத்தில் ஏறி அமெரிக்காவிற்கே சென்றுவிட்டார் நீதிபதி பால்.

இந்த அறிக்கையை அரசு வெளியிடாமல் இரகசியம் காத்து வந்தது. ஆனால் அப்போதைய எதிர்க்கட்சித் தலைவர் கருணாநிதி பால் கமிஷனின் அறிக்கையை எப்படியோ கைப்பற்றி பத்திரிகை யாளர்களிடம் வெளியிட்டு பரபரப்பை ஏற்படுத்தினார்.

ஜெயலலிதா ஊழல்

எம்ஜிஆர் மறைவுக்குப் பிறகு 1991ஆம் ஆண்டு தமிழகத்தில் நடைபெற்ற சட்டமன்றத் தேர்தலில் அதிமுக அமோக வெற்றி பெற்று ஜெயலலிதா முதல்வர் ஆனார்.

1996ஆம் ஆண்டுவரை இவரது ஆட்சி நீடித்தது. அந்த ஐந்து ஆண்டுகளில் மிகப் பெரிய அளவில் ஊழல் நடந்ததாகக் குற்றச் சாட்டுகள் எழுந்தன. 1996ஆம் ஆண்டு நடைபெற்ற தேர்தலில் அதிமுக தோல்வி அடைந்து கருணாநிதி தலைமையில் திமுக மீண்டும் ஆட்சிக் கட்டிலில் அமர்ந்தது.

அப்போது கடந்த ஐந்து ஆண்டுகளில் ஜெயலலிதா ஆட்சியில் நடந்த ஊழல்கள் பற்றிய விவரங்கள் சேகரிக்கப்பட்டன. ஜெயலலிதா மற்றும் அவரது அமைச்சரவையில் பதவி வகித்தவர்கள் மீது மொத்தம் 33 ஊழல் வழக்குகள் பதிவு செய்யப் பட்டன. அவற்றில் ஜெயலலிதா மீது மட்டும் 12 வழக்குகள் பதிவு செய்யப்பட்டன.

வண்ணத் தொலைக்காட்சி பெட்டி ஊழல், டான்சி ஊழல் வெளிநாட்டுப் பரிசு ஊழல், பிறந்த நாள் பரிசு, வருமான வரி, கொடைக்கானல் பிளசண்ட் ஸ்டே ஊழல், நிலக்கரி இறக்குமதி ஊழல், கிரானைட் குவாரி ஊழல், ஸ்பிக் பங்கு விற்பனை ஊழல், 66.65 கோடி ரூபாய் சொத்துக் குவிப்பு, தெற்காசிய விளையாட்டுப் போட்டி விளம்பர ஊழல், ஹைதராபாத் திராட்சைத் தோட்ட ஊழல் ஆகியவைதான் அந்த 12 ஊழல் வழக்குகள்.

1996 ஆம் ஆண்டு டிசம்பர் மாதத்தில் தமிழக லஞ்ச ஒழிப்புத் துறை போயஸ் கார்டனில் உள்ள ஜெயலலிதாவின் வீட்டை சோதனையிட்டது.

நகரும் சொத்துக்களான 800 கிலோ வெள்ளி, 28 கிலோ தங்கம், 750 ஜோடி காலணிகள், 10 ஆயிரத்து 500 புடவைகள், 91 கைக்கடிகாரங்கள் மற்றும் சில மதிப்புமிக்க பொருள்களைக் கைப்பற்றினர். அவை அனைத்தும் சென்னையிலுள்ள ரிசர்வ் வங்கியின் காப்பகத்தில் ஒப்படைக்கப்பட்டன.

இவற்றில் பல வழக்குகளில் ஜெயலலிதா தண்டிக்கப் பட்டாலும், உயர்நீதிமன்றத்தில் மேல்முறையீடு செய்து விடுவிக்கப் பட்டார்.

ஆனால் வருவாய்க்கு மீறி சொத்து குவித்த வழக்கில்

எதிரணியினர் மிகவும் உஷாராகி இதன் விசாரணையை வேறு மாநிலமான கர்நாடகாவில் நடைபெறச் செய்தன.

66.65 கோடி ரூபாய் அளவிற்கு ஊழல் புரிந்து சொத்து சேர்த்ததாக வழக்கு.

இந்த விசாரணையில் முடிந்த வரையில் இழுத்தடிப்பு வேலை நடத்தப்பட்டது. எனினும் 2014ஆம் ஆண்டு செப்டம்பர் மாதம் 27ஆம் தேதி விசாரணை முடிவடைந்து நீதிபதி ஜான் மைக்கேல் டி. குன்ஹா தீர்ப்பளித்தார்.

ஜெயலலிதா, சசிகலா, சுதாகரன் மற்றும் இளவரசி ஆகிய நால்வரும் குற்றவாளிகள் என்று அறிவிக்கப்பட்டது. ஜெயலலிதாவிற்கு 100 கோடி ரூபாய் அபராதமும், மற்ற மூவருக்கும் தலா 10 கோடி ரூபாய் அபராதமும் விதிக்கப்பட்டது.

இந்தத் தீர்ப்பின் காரணமாக முதல்வர் பதவியை மட்டுமல்லாமல், சட்டமன்ற உறுப்பினர் பதவியையும் ஜெயலலிதா இழந்தார்.

மேலும் இத்தீர்ப்பில், 3 ஆயிரம் ஏக்கர் நிலம் உட்பட கோடிக்கணக்கான ரூபாய் மதிப்புள்ள சொத்துக்கள் ஜெயலலிதா முதல்வராக இருந்த காலத்தில் குவிக்கப்பட்டுள்ளதாகக் குறிப்பிடப்பட்டிருந்தது.

நிலத்தை வாங்குபவரின் பெயர்களை பூர்த்தி செய்யாமலே பதிவாளரை வீட்டிற்கு அழைத்து சொத்துக்கள் பதிவு செய்யப்பட்டுள்ளதும் நிரூபணமாகி உள்ளதாகத் தீர்ப்பில் தெரிவிக்கப்பட்டிருந்தது.

வழக்கில் குற்றம்சாட்டப்பட்டுள்ள நால்வரின் பெயரிலும் சொத்துக்கள் இருந்தாலும் அது முதல்வர் பதவியை பயன்படுத்தி சேர்த்த சொத்துக்கள்தான் என்பதில் எள்முனையளவும் சந்தேகம் இல்லை என்றும் குறிப்பிடப்பட்டிருந்தது.

அந்தக் காலக்கட்டத்தில் தொடங்கப்பட்டதாகக் கூறப்படும் நிறுவனங்கள் எதுவும் செயல்படவில்லை. வெறும் காகிதத்தில் மட்டுமே அந்த நிறுவனங்கள் இருந்துள்ளதும் தெளிவாகத் தெரிய வந்துள்ளதாக அந்தத் தீர்ப்பில் கூறப்பட்டிருந்தது..

இதனையடுத்து அடுத்த இரண்டே நாட்களில் பெங்களூரு சிறப்பு நீதிமன்றம் வழங்கிய தீர்ப்பை நிறுத்தி வைக்க வேண்டும் என்றும், நீதிபதி .குன்ஹா வழங்கிய தீர்ப்பை ரத்து செய்ய

வேண்டும் என்றும் கர்நாடக உயர் நீதிமன்றத்தில் ஜெயலலிதா சார்பில் மனு தாக்கல் செய்யப்பட்டது.

2015ஆம் தேதி மே மாதம் இந்த மேல் முறையீட்டில் கர்நாடக உயர்நீதிமன்ற நீதிபதி குமாரசாமி தீர்ப்பு வழங்கினார். தீர்ப்பில் 1991 முதல் 1996ஆம் ஆண்டு வரை ஜெயலலிதா ஆட்சிக் காலத்தில் நடந்ததாகக் கூறப்படும் சொத்துக் குவிப்பு வழக்கில் ஜெயலலிதா மீதான குற்றச்சாட்டை அரசுத் தரப்பு வழக்கறிஞர் நிரூபிக்கவில்லை என்று கூறி ஜெயலலிதா உட்பட நான்கு பேரையும் விடுதலை செய்தார்.

குற்றவாளி அல்ல என்று வெளியான தீர்ப்பை அடுத்து ஜெயலலிதா மீண்டும் தமிழக முதல்வராகப் பதவியேற்றுக் கொண்டார்.

எனினும் கர்நாடக உயர்நீதிமன்றம் வழங்கிய தீர்ப்பை எதிர்த்து உச்சநீதிமன்றத்தில் கர்நாடக அரசு 2015ஆம் ஆண்டு ஜூன் மாதம் 23ஆம் தேதி மேல்முறையீடு செய்தது.

2017ஆம் ஆண்டு பிப்ரவரி மாதம் 14ஆம் தேதி அன்று உச்சநீதிமன்றம் இந்த வழக்கில் தீர்ப்பளித்தது. ஜெயலலிதா உட்பட நான்கு பேரும் குற்றவாளிகள் என்று தீர்ப்பு வழங்கப்பட்டது.

இந்த வழக்கில் முதல் குற்றவாளியான ஜெயலலிதா மரணம் அடைந்துவிட்டதால் அவர் மீதான வழக்கு முடித்து வைக்கப்படுவதாக அறிவிக்கப்பட்டது.

சசிகலா, சுதாகரன் மற்றும் இளவரசி ஆகிய மூவருக்கும் தலா 4 ஆண்டுகள் சிறைத் தண்டனையும், தலா 10 கோடி ரூபாய் அபராதமும் விதித்து சிபிஐ சிறப்பு நீதிமன்றம் அளித்த தீர்ப்பை உச்சநீதிமன்றம் உறுதி செய்தது.

இதனையடுத்து சசிகலா, இளவரசி மற்றும் சுதாகரன் ஆகியோர் பெங்களூரு பரப்பன அக்ராஹார சிறையில் 2017ஆம் ஆண்டு பிப்ரவரி மாதம் 15ஆம் தேதி அடைக்கப்பட்டனர்.

இதனையடுத்து உச்சநீதிமன்றத்தில் ‘சீராய்வு மனு’வைத் தாக்கல் செய்தார் சசிகலா, இளவரசி மற்றும் சுதாகரன். அந்த மேல்முறையீட்டு மனுவான சீராய்வு மனுவையும் உச்சநீதிமன்றம் தள்ளுபடி செய்துவிட்டது.

தீர்ப்பு வெளியாவதற்கு முன்பாக 2016ஆம் ஆண்டு டிசம்பர் மாதம் 5ஆம் தேதி அன்று உடல்நலக் குறைவு காரணமாக

சென்னை அப்பல்லோ மருத்துவமனையில் சிகிச்சை பெற்று வந்த ஜெயலலிதா மரணமடைந்தார் என்பது குறிப்பிடத்தக்கது.

அதிமுகவைச் சேர்ந்த ஜெயலலிதா முதல்வராகப் பதவி வகித்த 1991 முதல் 1996ஆம் ஆண்டு வரை உள்ளாட்சித் துறை அமைச்சராகப் பதவி வகித்தவர் செல்வகணபதி.

ஜவகர் ரோஜ்கர் யோஜனா வேலை வாய்ப்புத் திட்டத்தின் மூலம் சுடுகாட்டுக் கூரை அமைக்கும் பணியில் முறைகேடுகள் நடந்ததாகவும், அதில் அமைச்சராக இருந்த செல்வகணபதிக்கு நேரடியாகத் தொடர்பு இருந்ததாகவும் புகார் எழுந்தது.

இதனை சிபிஐ விசாரித்ததில் 23 லட்சம் ரூபாய் அளவிற்கு அரசுக்கு இழப்பு ஏற்பட்டது கண்டறியப்பட்டது. இதனைத் தொடர்ந்து 1997ஆம் ஆண்டு இவர் மீது வழக்கு பதிவு செய்தது.

சென்னை சிபிஐ சிறப்பு நிதிமன்றத்தில் நடைபெற்ற இந்த வழக்கு விசாரணையில் 2014ஆம் ஆண்டு ஏப்ரல் மாதம் தீர்ப்பு வழங்கப்பட்டது.

மதுரை மாவட்டத்தில் சுடுகாட்டுக் கூரைகள் அமைப்பதில் முறைகேடுகள் நடந்துள்ளதாகவும், இந்த விவகாரத்தில் செல்வ கணபதி மற்றும் ஐஏஎஸ் அதிகாரிகளான ஆச்சார்யாலு, சத்திய மூர்த்தி உள்ளிட்ட ஐந்து பேருக்கு இரண்டு ஆண்டுகள் சிறைத் தண்டனை விதித்து தீர்ப்பளிக்கப்பட்டது

16 ஆண்டுகளுக்குப் பிறகு இந்த வழக்கில் தீர்ப்பளிக்கப் பட்டது. தீர்ப்பை அடுத்து தனது ராஜ்யசபா உறுப்பினர் பதவியை செல்வகணபதி ராஜினாமா செய்தார்.

ஆனால் அப்போது அவர் அதிமுகவில் இல்லை. திமுகவில் இருந்தார். திமுக ராஜ்யசபா உறுப்பினராகத்தான் பதவி வகித்தார் என்பது குறிப்பிடத்தக்கது.

ஜெயலலிதா ஆட்சிக் காலத்தில் லஞ்சமும், ஊழலும் சற்று மிகையாகக் காணப்பட்டது என்ற குற்றச்சாட்டு பரவலாக வெளியான போதிலும், 2011 மற்றும் 2016ஆம் ஆண்டுகளில் நடைபெற்ற சட்டமன்றத் தேர்தலில் ஜெயலலிதா தலைமையிலான அதிமுகவே தொடர்ந்து வெற்றியைப் பெற்றது குறிப்பிடத்தக்கது.

9 ஊழல் ஒழியுமா?

அதிகாரம் ஓரிடத்தில் குவிந்து கிடக்கும்போது ஊழல் முளை விடுகிறது. வேகமாக வளர்ந்து நஞ்சாகிவிடுகிறது. அதன்பின்னர் அந்த ஊழலே அவர்களின் அதிகாரத்தை ஒரு நொடிப் பொழுதில் மறையச் செய்தும் விடுகிறது.

இந்தியா ஒரு ஜனநாயக நாடு. இங்கு ஓரளவுக்கு சுயாட்சித் தன்மை பெற்ற மாநில அரசுகள் இருப்பதால் அதிகாரம் பரவலாக்கப்பட்டுள்ளது என்பதே நிஜம்.

பல கட்சி முறை வேறு. அந்தக் கட்சிகளிலும் உட்கட்சித் தேர்தல்கள் நடத்த வேண்டிய அளவிற்கு ஜனநாயகம் வலுத்துக் கிடக்கிறது.

ஆனாலும் அதிகாரக் குவியல்தான் அதிகம் காணப்படுகிறது.

மக்கள் செல்வாக்கு பெற்ற அரசியல் கட்சிகள், தமது கட்சியை ஒரு நபர் கட்டுப்பாட்டிற்குள் வைத்திருக்கும் நிலைதான் காணப்படுகிறது.

தனிநபர் துதிபாடும் வழக்கமே இதற்கு முக்கியக் காரணம். காங்கிரஸ் கட்சியில் எத்தனையோ தலைவர்கள் இருந்தபோதிலும் 1967 முதல் 1984ஆம் ஆண்டு வரை அக்கட்சியைத் தனது கட்டுப் பாட்டிற்குள்தான் வைத்திருந்தார் இந்திரா காந்தி.

காங்கிரஸ் என்றால் இந்திரா என்பதுகூட ஒரு காலக்கட்டத் தில் 'இந்தியா என்றால் இந்திரா' என்று காங்கிரஸ் கட்சியினரே உரக்கக் கோஷமிடுகிற அளவிற்குத் தனிநபர் தொழுகை முற்றிக் காணப்பட்டது.

இந்திரா என்ற ஒரு நபருக்காகவே காங்கிரஸ் கட்சிக்கு வாக்களித்த நிலைமைதான் அப்போதிருந்தது.

இது ஒரு அதிகாரக் குவியல்.

காங்கிரஸ் கட்சியிலும் அப்போது உட்கட்சித் தேர்தல் இருந்தாலும் இந்திராவை எதிர்த்துப் பேசும் திறன் எவருக்குமே கிடையாது.

அதனால் கட்சியின் மொத்த அதிகாரமும் இந்திரா காந்தி வசமே இருந்தது.

அப்படிப்பட்ட ஒரு தன்மையை வளர்த்துக் கொள்ளாமல் போன காரணத்தினால்தான் மொரார்ஜி தேசாய், வி.பி.சிங், நரசிம்ம ராவ் போன்றவர்களால் தாக்குப்பிடிக்க முடியாமல் போனது.

இப்போது நரேந்திர மோடியை எடுத்துக் கொண்டால் தனி நபர் வழிபாட்டை சிறப்பாக அரங்கேற்றி வைத்துவிட்டார். பாஜக என்பதைக் காட்டிலும் மோடி என்ற பிம்பத்தையே மக்கள் மத்தியில் பிரபலமடையச் செய்துவிட்டார்.

அப்படியே கட்சியின் சகல அதிகாரத்தையும் தனது கைகளுக்குள் கொண்டு வந்தும் விட்டார்.

இந்த அதிகாரக் குவியல் நிச்சயமாக அவருக்கு வெற்றி மேல் வெற்றியைக் குவிக்கும் என்பதில் சந்தேகம் வேண்டாம். ஆனால் இவ்வாறு அதிகாரம் குவிகிறபோதுதான் தவறுகள், அதிகாரத் துஷ்பிரயோகங்கள், ஏமாற்றுதல்கள், சுரண்டல்கள், பொய்கள், ஊழல்கள் எல்லாம் வேகமாக வளர்ந்தோங்கிவிடும்.

ஏனென்றால் அதிகாரம் படைத்த ஒருவரின் மனம் கோணாமல் நடந்தால்தான் அவரிடம் காரியத்தை சாதித்துக் கொள்ள முடியும் என்ற மனப்பான்மை அவரைச் சுற்றி இருப்பவர் களுக்குத் தோன்றும்.

இதனால் பல உண்மைகளை அவரிடம் மறைக்க ஆரம்பிப் பார்கள். அவர் பெயரைச் சொல்லி பல தவறுகளைத் தைரியமாகச் செய்வார்கள்.

அதிகாரக் குவியலின்போதுதான் லஞ்ச ஊழலும், தவறுகளும், மோசடிகளும் அதிகம் நடக்கும் என்பது நடைமுறை வழக்கம்.

திமுகவை எடுத்துக் கொண்டாலும் கருணாநிதியிடம்தான் அதிகாரம் முழுவதும் குவிந்து கிடந்தது. இப்போது அவர் உடல் நலமின்றி இருப்பதால் அந்த அதிகாரத்தை மெல்ல மெல்லத் தன் வசமாக்கிக் கொண்டார் ஸ்டாலின்.

ஒரு தலைவர் எவ்வளவுதான் நல்லவராகவும், நேர்மையான வராகவும் இருந்தாலும், இருக்க வேண்டும் என்ற உயர்வான லட்சியம் கொண்டவராக இருந்தாலும், அதிகாரம் அவரிடம் மட்டுமே குவிந்து கிடந்தால், அது நல்லதல்ல.

நிச்சயமாக அவருக்குத் தெரியாமல் பல தவறுகள் நடந்தே தீரும்.

அதிமுகவிலும் இதே லட்சணம்தான்.

எம்ஜிஆர் இருந்தவரை அவரை எதிர்த்து எவராலும் ஒரு கேள்விகூடக் கேட்டுவிட முடியாது. அந்த அளவிற்கு அதிகாரம் முழுவதையும் தன் வசமாக்கி வைத்திருந்தார்.

அதன்பின்னர் ஜெயலலிதா இன்னும் ஒரு படி மேலே போய் அத்தனை பேரையும் தன் காலில் விழுந்து வணங்கச் செய்கிற அளவிற்கு அதிகாரத்தைத் தன்னிடம் குவித்து வைத்திருந்தார்.

ஜெயலலிதாவிற்குப் பின்னர் சசிகலா அதே வழியைப் பின்

பற்றினார். அனைவரையும் தன் அதிகார பலத்தால் ஆட்டுவித்தார். அவர் காலிலும் கட்சியின் மூத்த தலைவர்கள் அனைவரும் விழுந்து வணங்கத்தான் செய்தனர்.

ஆனாலும் காலம் வேறுவிதமாகக் காட்சியை அமைத்து விட்டது. சொத்துக் குவிப்பு வழக்கில் சிறையில் அடைக்கப்பட்டார். இப்போது அதிகாரத்தை யார் கையில் எடுப்பது என்பதில் கடும் போட்டி நடைபெற்று வருகிறது.

ஆக தனி மனித செல்வாக்கும், அரசியல் ஆதிக்கமும் ஊழல் என்ற மோசமான செயலால் மட்டுமே மேலோங்கிக் காணப்படு கிறது என்று கூறலாம்.

அதாவது ஆதிக்க மனப்பான்மையுடன் இருப்பதால் ஊழல் மலிந்து காணப்படுகிறது என்பதே இதன் பொருள்.

ஊழல் என்பது ஒவ்வொரு மனிதனிடமும் காணப்படுகிறது என்பதே நிதர்சனமான உண்மை. ஆனால் ஊழல் என்பது ஒரு தனி மனிதனுக்கு நன்மை பயக்கலாம். ஆனால் அதே நேரத்தில் அது இன்னொரு மனிதனுக்குக் கெடுதல் விளைவித்துவிடக் கூடாது.

அரசியலில் ஊழல் என்பது அதிகமாகக் காணப்படுகிறது. ஊழல் புரியாத அரசியல்வாதி இந்த உலகில் யாரேனும் இருந்தால் அது உலக அதிசயம்தான்.

ஊழலைப் பற்றிய செய்திகள் வராத நாட்கள் ஏதேனும் உண்டா?

ஊழலை ஒழிக்கப்போவதாகவும், ஒழித்து விட்டதாகவும் முழங்காத அரசியல்வாதிகள் எவரேனும் உண்டா?

ஊழல் என்பது தானாக உருவானது கிடையாது. அதனை நாம்தான் உருவாக்குகின்றோம்.

நம்மால் உருவாக்கப்பட்ட இந்த ஊழலை ஒரு நொடியில் அழித்துவிட முடியும் என்றால் மட்டும் அது நிச்சயம் நடக்காது.

இந்த ஊழலை ஒழிப்பது என்பது அத்தனை எளிதான ஒன்று கிடையவே கிடையாது.

ஏனென்றால் ஊழல் என்பது அரசியல்வாதிகளிடம் அதிகமாக இருந்தாலும் ஒவ்வொரு இந்தியனிடம் அது தாராளமாகப் பரவிக் கிடக்கிறது.

ஊழலே செய்யாத ஏதாவது ஒரு இந்தியனைக் காண்பித்து விட முடியுமா என்று கேட்டால் பதில் இல்லை என்றுதான் இருக்கும்.

ஏனென்றால் கோடிக் கணக்கில் ஊழல் செய்த ஸ்பெக்ட்ரம் ஊழலைப் பற்றி டீக்கடையில் பேசுகிறோம்.

மணல் கொள்ளையைப் பற்றி மணிக் கணக்கில் பேசுகிறோம்.

கனிம வளங்கள் தோண்டி எடுப்பதைப் பற்றி எங்கு பார்த்தாலும் பேசுகிறோம்.

இப்படி அரசியல்வாதிகள் மற்றும் செல்வாக்குப் படைத்த சட்டத்திற்குப் புறம்பான செயல்களைச் செய்பவர்களைப் பற்றி நாள்முழுவதும் பேசுவதில் நாம் திருப்தி கொள்கிறோம்.

ஆனால் அதே நேரத்தில் ஓட்டுநர் உரிமம் இல்லாமல் வண்டி ஓட்டுவது தவறு என்று நாம் என்றாவது பேசி இருக்கிறோமா?

போக்குவரத்து காவலர் இல்லை என்றால் ஒன்வேயில் தைரியமாகச் செல்வது தவறு என்று என்றாவது நினைத்திருக்கிறோமா?

சிவப்பு விளக்கு எரிந்து கொண்டிருந்தாலும் போக்குவரத்துக் காவலர் வாகனங்கள் இல்லை என்பது தெரிந்ததும் வாகனத்தை ஓட்டிச் செல்வது விதி மீறல் என்று என்றாவது பேசி இருக்கிறோமா?

கொடுத்த வாக்கை நாம் எத்தனை பேர் ஒழுங்காகக் காப்பாற்றி இருக்கிறோம்?

மனைவிக்குத் தெரியாமல் டாஸ்மாக்கில் போய் நண்பர்களுடன் திருட்டுத்தனமாக மது அருந்தும் தவறை எத்தனை பேர் செய்கிறோம்.

இவையும் ஊழல்தான்.

தனி மனிதனாகிய, அதிகாரமற்ற நிலையில் நாம் செய்யும் ஊழல்கள் மற்றவர்களைப் பெரிதாகப் பாதிப்பதில்லை. அதே நேரத்தில் அதிகாரம் முழுவதையும் தனது உள்ளங்கைக்குள் அடக்கி வைத்துக் கொண்டு அரசியல்வாதிகள் ஊழல் செய்வதால் அது பலரையும் பாதிக்கிறது.

ஊழல் இப்படித்தான் வித்தியாசமாக இருக்கிறதே தவிர, ஊழல் ஊழல்தான்.

அதை அரசியல்வாதிகள் மட்டுமல்ல, அதிகாரிகள் மட்டுமல்ல, நாமும் செய்வது தவறுதான்.

2ஜி வழக்கில் தீர்ப்பு

இந்தியா சுதந்திரம் பெற்ற பிறகு நடந்த ஊழல்களில் மிகப் பெரிய ஊழல் என்று பேசப்பட்ட 2ஜி ஊழல் வழக்கில் 2017ஆம் ஆண்டு டிசம்பர் மாதம் 21ஆம் தேதி சி.பி.ஐ. நீதிமன்றம் நீதிபதி ஓம்பிரகாஷ் ஷைனி இந்தத் தீர்ப்பை அளித்தார்.

2ஜி வழக்கில் ஓர் அங்கமாக அமலாக்கத்துறை தொடர்ந்த வழக்கில் ஆ. ராசா, கனிமொழி, தயாளு அம்மாள் உள்ளிட்டோர் விடுவிக்கப்பட்டுள்ளனர்.

டிபி (DB) ரியாலிட்டி நிறுவனத்தில் இருந்து கலைஞர் தொலைக் காட்சிக்கு 200 கோடி ரூபாய் பணம் சட்டவிரோதமாக கைமாறியது என்பதே வழக்கின் அடிப்படை என தனது தீர்ப்பில் தெரிவித்துள்ளார்.

ஆனால் பணம் சட்டவிரோதமாகக் கைமாறியது விசாரணை யில் நிரூபிக்கப்படவில்லை என்றும், எனவே வழக்கு அடிப்படை அற்றதாகிவிட்டதாகவும் நீதிபதி தனது தீர்ப்பில் கூறியுள்ளார்.

எனவே இதில் குற்றம்சாட்டப்பட்டவர்கள் அனைவரும் விடுவிக்கப்படுவதாகவும் தெரிவித்தார். சட்டவிரோதப் பணப்பரிமாற்றம் நடைபெறவில்லை என்பதால் டிபி (DB) ரியாலிட்டீஸ் நிறுவனத்தின் முடக்கப்பட்ட 223 கோடியே 55 லட்சம் ரூபாய் மதிப்புள்ள சொத்துகளை விடுவிக்கவும் அவர் உத்தரவிட்டார்.நீதிபதி சைனி உத்தரவிட்டார்.

ஐ

அதிக அதிகாரமே
லஞ்ச ஊழலின்
அடித்தளம்.
பொது அதிகாரத்தை
சட்டத்திற்குப் புறம்பாகப்
பயன்படுத்தினால்
அது -
ஊழல்.
ஊழலின் ஆரம்பப்புள்ளி
அரசியலும் அதிகாரமும்.

ஐ

www.ingramcontent.com/pod-product-compliance
Lightning Source LLC
LaVergne TN
LVHW040433051026
849517LV00002B/588
* 9 7 8 9 3 8 7 6 5 5 0 2 7 *